ದಿ ಆರ್ಟ್ ಆಫ್ ವಾರ್

ಮೂಲ : **ಸನ್ ತ್ಸು**

ಕನ್ನಡಕ್ಕೆ
ಭುವನೇಶ್ ಎಸ್.
ಅಂಬಿಕಾ ಸೀತೂರು

ವಂಶಿ ಪಬ್ಲಿಕೇಷನ್ಸ್
ನೆಲಮಂಗಲ, ಬೆಂಗಳೂರು

THE ART OF WAR

Originally written by Sun tzu

Translated by
Bhuvanesh S. , Ambika Seethuru

Published by
Vamshi Publications
Gayathri Complex, Near T. B. Bus Stand, B.H. Road,
Nelamangala, Bengaluru - 562 123
Mob : 9916595916
email : vamshipublications@gmail.com

ದಿ ಆರ್ಟ್ ಆಫ್ ವಾರ್

ಮೂಲ : **ಸನ್ ತ್ಸು**
ಕನ್ನಡಕ್ಕೆ :
ಭುವನೇಶ್ ಎಸ್., ಅಂಬಿಕಾ ಸೀತೂರು

ಪ್ರಕಾಶಕರು
ವಂಶಿ ಪಬ್ಲಿಕೇಷನ್ಸ್
ಗಾಯತ್ರಿ ಕಾಂಪ್ಲೆಕ್ಸ್, ಟಿ.ಬಿ.ಬಸ್ ನಿಲ್ದಾಣದ ಬಳಿ
ಬಿ.ಎಚ್. ರಸ್ತೆ, ನೆಲಮಂಗಲ, ಬೆಂಗಳೂರು – 562 123
ಮೊಬೈಲ್: 9916595916

ಮೊದಲ ಮುದ್ರಣ : 2020
ಪುಟಗಳು : 112
ಬೆಲೆ : 100/–

ಹಕ್ಕುಗಳು : ಪ್ರಕಾಶಕರು

ಬಳಕೆ ಕಾಗದ : 70 ಜಿಎಸ್ಎಂ, ಎನ್.ಎಸ್.ಮ್ಯಾಪ್ಲಿಥೋ
ಆಕಾರ 1/8 ಕ್ರೌನ್ ಸೈಜ್
ಪ್ರತಿಗಳು : 1000
ಮುಖಪುಟ : ಹರೀಶ್ ಕುಮಾರ್

ಲಕ್ಷ್ಮೀ ಮುದ್ರಣಾಲಯ
LAKSHMI MUDRANALAYA
ISO 9001-2000
ಚಾಮರಾಜಪೇಟೆ, ಬೆಂಗಳೂರು–೧೮
ದೂರವಾಣಿ: ೨೬೬೧೩೧೨೩, ೨೬೬೧೮೭೫೨

ಮುನ್ನುಡಿ

ಸನ್ ತ್ಸು ಸುಮಾರು 2500 ವರ್ಷಗಳ ಹಿಂದಿನ ಚೀನೀ ಯೋಧ ಮತ್ತು ತತ್ವಜ್ಞಾನಿ. ತತ್ವಶಾಸ್ತ್ರದ ಮೂಲ ಅಂಶವನ್ನು ಆರ್ಟ್ ಆಫ್ ವಾರ್ ಎಂಬ ಪುಸ್ತಕದ ಮೂಲಕ ತಿಳಿಸಲು ಯತ್ನಿಸಿದ್ದಾರೆ. ಇವರನ್ನು ಹಲವು ಮಹಾ ರಾಷ್ಟ್ರಗಳು ಯುದ್ಧತಂತ್ರಗಳ ಮಹಾಗುರುವೆಂದು ಪರಿಗಣಿಸಿವೆ. ಹಲವು ದೇಶಗಳ ಸೇನಾ ಶಿಕ್ಷಣದಲ್ಲಿ ಸನ್ ತ್ಸು ಅವರ ಪಠ್ಯವು ಇದ್ದೇ ಇರುತ್ತದೆ.

ಈ ಪುಸ್ತಕದ ಅಂಶಗಳನ್ನು ಯುದ್ಧದಲ್ಲಿ ಮಾತ್ರವಲ್ಲ, ಸಾಮಾನ್ಯ ಜೀವನದಲ್ಲೂ ಅಳವಡಿಸಿಕೊಳ್ಳಬಹುದು. ಆರ್ಟ್ ಆಫ್ ವಾರ್‌ನಲ್ಲಿ ಸನ್ ತ್ಸು ಅವರ ಅಭಿಪ್ರಾಯಗಳು ಅರ್ಥವಾದರೂ ಅರ್ಥವಾಗದಂತಹ ಜಟಿಲತೆಯಲ್ಲಿ ಮುಳುಗಿಸುತ್ತದೆ. ಇಂದಿನ ದಿನಮಾನದಲ್ಲಿ ಸನ್ ತ್ಸು ಅವರ ತತ್ವಗಳನ್ನು ಅನುಸರಿಸಲು ಸಾಧ್ಯವೇ? ಎಂದು ಯೋಚಿಸು ವಂತಾಗುತ್ತದೆ. ಹಾಗೆಂದು ಸನ್ ತ್ಸು ಅವರ ತತ್ವಗಳನ್ನು ಸುಲಭವಾಗಿ ಹೇಳಲು ಹೊರಟರೆ, ಹಲವಾರು ಅಗತ್ಯ ಸೂಕ್ಷ್ಮ ಚಿಂತನೆಗಳು ಎಲ್ಲೋ ಕಳೆದುಹೋಗಿದೆ ಎಂದೆನಿಸಲು ಆರಂಭವಾಗುತ್ತದೆ. ಹೀಗಾಗಿ ಸನ್ ತ್ಸು ಅವರನ್ನು ಆಳವಾಗಿ ಅಧ್ಯಯನ ಮಾಡಬಯಸುವವರು ಮೂಲಭೂತವಾಗಿ ಸೂಕ್ಷ್ಮವಾದ, ಆಳವಾದ ಮನೋಧರ್ಮವನ್ನು ಹೊಂದಿರಬೇಕು.

ಒಂದು ಪ್ರಬಲವಾದ, ಸಾರ್ವಜನಿಕ ಜೀವನಕ್ಕೂ ಅನ್ವಯವಾಗುವ ತತ್ವ ಬೆಳಕಿಗೆ ಬಂದರೆ ಅದು ಅಖಂಡ ಗೆಲುವಿನ ತತ್ವ ಎಂದೆನಿಸಿಕೊಳ್ಳುತ್ತದೆ. ಈ ಪುಸ್ತಕದ ಅಂಶಗಳೂ ಸಹ ಅಂತಹ ತತ್ವಗಳ ಸಾಲಿಗೆ ಸೇರುತ್ತವೆ. ಇದರ ಅಂಶಗಳನ್ನು ಜೀವನದಲ್ಲಿ ಅಳವಡಿಸಿಕೊಳ್ಳುವುದರಿಂದ ಅನೇಕ ಸಮಸ್ಯೆಗಳ ಫಲಿತಾಂಶವನ್ನು ಬದಲಾಯಿಸಲು ಸಾಧ್ಯವಾಗುತ್ತದೆ. ನಿಮ್ಮ ಜೀವನವನ್ನು ನಿಮ್ಮ ಸ್ವಂತಿಕೆಗೆ, ಸ್ವಾಭಿಮಾನಕ್ಕೆ ಎಲ್ಲೂ ಹೊಡೆತ ಬೀಳದಂತೆ ಹೇಗೆ ನಡೆಸಿಕೊಂಡು ಹೋಗಬಹುದೆನ್ನುವ ಅಂಶ ಕ್ರಮೇಣ ನಿಮ್ಮಲ್ಲಿ ನಿಮಗೇ ಸ್ಪಷ್ಟವಾಗುತ್ತಾ ಹೋಗುತ್ತದೆ.

ಇನ್ನು ಸನ್ ತ್ಸು ಅವರ ಯುದ್ಧ ತಂತ್ರಗಳ ಮೂಲ ಅಂಶ ಹೆಚ್ಚು ಸಮಸ್ಯೆಯಾಗದಂತೆ ಯುದ್ಧ ಮುಗಿಸಿಕೊಳ್ಳುವುದಾಗಿದೆ. ಅವರು ಗೆಲುವಿನ ವಿಶ್ವಾಸವಿಲ್ಲದ ಹೊರತಾಗಿ ಎಂದೂ ಯುದ್ಧಕ್ಕೆ ಮುನ್ನುಗ್ಗಬೇಡಿ ಎಂಬ ತಮ್ಮ ಅಭಿಪ್ರಾಯವನ್ನು ಬಹಳ ಸ್ಪಷ್ಟವಾಗಿ ತಿಳಿಸಿದ್ದಾರೆ. ಸನ್ ತ್ಸು ಹೋರಾಟವಿಲ್ಲದೇ ಗೆಲುವನ್ನು ಸಾಧಿಸುವುದು ಹೇಗೆ ಎಂಬುದರ ಬಗ್ಗೆಯೂ ಸಲಹೆ ನೀಡಿದ್ದಾರೆ.

ಸನ್ ತ್ಸು ಸೈನಿಕನನ್ನು ಯುದ್ಧದ ಅತ್ಯುತ್ತಮ ಮತ್ತು ಅತೀ ಪ್ರಮುಖವಾದ ಅಂಗ ಎಂಬುದಾಗಿ ಚಿತ್ರಿಸಿದ್ದಾರೆ. ಒಂದು ಅದ್ಭುತವಾದ ಸಂಸ್ಕೃತಿಯ ಭವಿಷ್ಯವು ಸೈನಿಕನ ಕೈಯಲ್ಲಿರುತ್ತದೆ ಎಂದೇ ಬಣ್ಣಿಸಿದ್ದಾರೆ. ಆಗಿನ ಸೈನಿಕರು ಬಳಸುತ್ತಿದ್ದ ಕುದುರೆಗಳು, ರಕ್ಷಣಾ ಕವಚಗಳು, ಕತ್ತಿ–ಗುರಾಣಿಗಳು, ಭರ್ಜಿಗಳ ಪ್ರಾಮುಖ್ಯವನ್ನೂ ತಿಳಿಸಿದ್ದಾರೆ. ಈಗ ಅಂದಿನ ಆ ಉಪಕರಣಗಳು ಇತಿಹಾಸದೊಳಗೆ ಸೇರಿಹೋಗಿವೆ. ಈಗಿನ ಶಸ್ತ್ರಾಸ್ತ್ರಗಳು ಹೆಚ್ಚು ವೇಗ, ನಿಖರತೆ ಹೊಂದಿದ್ದು, ಕೊನೆಯಿಲ್ಲದಷ್ಟು ವಿನಾಶಕಾರಿಯಾಗಿವೆ. ಆದರೂ ಸಹ ಇತಿಹಾಸದ ಸ್ಥಿತಿಸ್ಥಾಪಕ ಗುಣ ನಮ್ಮಲ್ಲಿ ಆಶ್ಚರ್ಯವೊಂದನ್ನು ಹುಟ್ಟುಹಾಕುತ್ತದೆ.

2500 ವರ್ಷಗಳಷ್ಟು ಹಳೆಯದಾದ ಸನ್ ತ್ಸು ಅವರ ಯುದ್ಧ ತಂತ್ರಗಳನ್ನು ಚೀನಿಯರು ಇಂದಿಗೂ ತಮ್ಮ ಸೇನೆಯಲ್ಲಿ ಅಳವಡಿಸಿಕೊಂಡಿದ್ದಾರೆ. ಏಷ್ಯಾ ಖಂಡದುದ್ದಕ್ಕೂ ಅವರ ತತ್ವಗಳು ಪಸರಿಸಿವೆ. ಆದರೆ ಆ ಆಲೋಚನೆಗಳು ಜಪಾನೀ ಸೇನೆಯ ತತ್ವಶಾಸ್ತ್ರದಲ್ಲಿ ಪ್ರಖರವಾಗಿ ಉಳಿದುಕೊಂಡಿತು. ಇದನ್ನು ಸ್ವತಃ ಚೀನಾ ದೇಶವೇ ಖಚಿತಪಡಿಸುತ್ತದೆ. ಯುದ್ಧ, ರಾಜಕೀಯ, ಆರ್ಥಿಕತೆಯಲ್ಲಿ ಸನ್ ತ್ಸು ಅವರ ತತ್ವಗಳನ್ನು ಚೀನಿಯರು, ಜಪಾನಿಯರು ಮಾತ್ರವಲ್ಲದೇ ಏಷ್ಯಾದ ಹಲವು ರಾಷ್ಟ್ರಗಳು ಅಳವಡಿಸಿಕೊಂಡಿವೆ.

ನೆಪೋಲಿಯನ್ ಸಹ ತನ್ನ ಸೈನ್ಯದಲ್ಲಿ, ಯುದ್ಧಗಳಲ್ಲಿ ಸನ್ ತ್ಸು ತತ್ವಗಳನ್ನು ಅಳವಡಿಸಿದ್ದನು ಎಂದು ಮಿಲಿಟರಿ ಇತಿಹಾಸಕಾರರು ಹೇಳುತ್ತಾರೆ.

ಯು.ಎಸ್ ಮರೀನ್ ಕಾರ್ಪ್ಸ್ ಬುಕ್ ಆಫ್ ಸ್ಟ್ರಾಟೆಜಿ, ವಾರ್-ಫೈಟಿಂಗ್ ಮತ್ತು ಸೇನಾಚಾಲನೆಯಲ್ಲಿ ಕುಟಿಲ ತಂತ್ರಗಳನ್ನು ರೂಪಿಸುವುದು ಇವೆಲ್ಲವನ್ನೂ ನೇರವಾಗಿ ಆರ್ಟ್ ಆಫ್ ವಾರ್‌ನಿಂದ ತೆಗೆದುಕೊಳ್ಳಲಾಗಿದೆ. ಇತ್ತೀಚೆಗೆ, ವಿಶ್ವದಾದ್ಯಂತ ವ್ಯವಹಾರ ಮತ್ತು ಕಾನೂನು ಶಾಲೆಗಳು ಸನ್ ತ್ಸು ರವರ ಆರ್ಟ್ ಆಫ್ ವಾರ್‌ನ್ನು ತಮ್ಮ ಶಿಕ್ಷಣದಲ್ಲಿ ಅಳವಡಿಸಿಕೊಂಡಿವೆ.

2500 ವರ್ಷಗಳ ಹಿಂದೆ ಚೀನಾದಲ್ಲಿ ಯುದ್ಧಗಳನ್ನು ಗೆದ್ದು ಬದುಕುಳಿಯಲು ಇನ್ನೂ ಹೆಚ್ಚು ಬಲದ ಅಗತ್ಯವಿತ್ತು. ಇಂದು ಯುದ್ಧಗಳನ್ನು ಗೆಲ್ಲುವುದು ಮತ್ತು ಪ್ರಬಲರಾಗಿ ಉಳಿಯುವುದು ಅಷ್ಟೇ ಪ್ರಾಮುಖ್ಯತೆಯನ್ನು ಹೊಂದಿದೆ. ಆದ್ದರಿಂದ ಸನ್ ತ್ಸು ರವರನ್ನು ಅರ್ಥಮಾಡಿಕೊಳ್ಳುವ ಪ್ರಯತ್ನವನ್ನು ಪ್ರಾರಂಭಿಸೋಣ.

– ಅಂಬಿಕಾ ಸೀತೂರು

ಪರಿವಿಡಿ

ಅಧ್ಯಾಯ 1: ಯೋಜನೆಗಳ ಸ್ಥಾಪನೆ

1. ಲೇಖಕ ಸನ್ ತ್ಸು ಅವರ ಅಭಿಪ್ರಾಯದಂತೆ ಯುದ್ಧ ಕಲೆ ಎನ್ನುವುದು ಯಾವುದೇ ರಾಜ್ಯಕ್ಕೆ ಅತ್ಯಂತ ಮಹತ್ವದ ಅಂಶ.

2. ಇದು ಕೇವಲ ಜೀವನ್ಮರಣಗಳ ವಿಷಯವಷ್ಟೇ ಅಲ್ಲ; ಅಷ್ಟೇ ಮಹತ್ವದ ಸಂಗತಿಯೂ ಹೌದು. ಈ ದಾರಿಯು ಸುರಕ್ಷಿತವಾಗಿರಬಹುದು ಅಥವಾ ಅಪಾಯದಿದ್ದಿರಬಹುದು. ಆದರೂ ಇದನ್ನೆಂದಿಗೂ ನಿರ್ಲಕ್ಷಿಸಲಾಗದು.

3. ಯುದ್ಧ ಕಲೆಯು ಐದು ಪ್ರಮುಖ ಅಂಶಗಳಿಂದ ನಿಯಂತ್ರಿಸಲ್ಪಡುತ್ತದೆ. ಯುದ್ಧಕ್ಷೇತ್ರದ ಸಂದರ್ಭಗಳ ಅನುಭವಗಳನ್ನು ಆಧರಿಸಿ, ಒಬ್ಬ ಅನುಭವೀ ಸೇನಾಪ್ರಮುಖನ ನೇತೃತ್ವದಲ್ಲಿ ಯುದ್ಧದ ನಡೆಗಳನ್ನು ನಿರ್ಧರಿಸಬೇಕಾಗುತ್ತದೆ.

4. **ಯುದ್ಧ ಕಲೆಯ 5 ಪ್ರಮುಖ ಅಂಶಗಳೆಂದರೆ,**

(1) ನೈತಿಕ ಕಾನೂನು;
(2) ಸ್ವರ್ಗ;
(3) ಭೂಮಿ;
(4) ಮುಖಂಡ;
(5) ವಿಧಾನ ಮತ್ತು ಶಿಸ್ತು;

5&6. **ನೈತಿಕ ಕಾನೂನು:** ಜನ ತಮ್ಮ ಅರಸನ ಪ್ರತೀ ನಿರ್ಧಾರಗಳಿಗೂ ಸಂಪೂರ್ಣ ಬದ್ಧರಾಗಿರುತ್ತಾರೆ. ಅರಸನಿಗಾಗಿ ಪ್ರಾಣವನ್ನೇ ಕೊಡಲು ಸಿದ್ಧರಿರುವ ಪ್ರಜಾವರ್ಗ, ಯಾವುದೇ ಅಪಾಯಗಳಿಗೆ ಅಂಜದೇ ತಮ್ಮನ್ನಾಳುವ ದೊರೆಗಾಗಿ ತಮ್ಮ ರಾಜ್ಯದ ಸಾರ್ವಭೌಮತ್ವಕ್ಕಾಗಿ ಹೋರಾಡುತ್ತಾರೆ.

(ಇಂದಿನ ಪ್ರಜಾಪ್ರಭುತ್ವ ವ್ಯವಸ್ಥೆಯಲ್ಲೂ ಸೈನಿಕರು ಸರ್ಕಾರವೆಂಬ ದೊರೆಗಾಗಿ, ನಾಡಿನ ಕಲ್ಯಾಣಕ್ಕಾಗಿ, ನಾಡ ಜನಗಳ ನೆಮ್ಮದಿಗಾಗಿ ಪ್ರಾಣದಾಸೆ ತೊರೆದು ಹಗಲಿರುಳು ಗಡಿ ಕಾಯುತ್ತಾರೆ)

7. **ಸ್ವರ್ಗ:** ಹಗಲು ಮತ್ತು ಇರುಳು, ತಾಪ ಮತ್ತು ತಂಪು, ಸಮಯ ಮತ್ತು ಋತುಗಳನ್ನು ಸೂಚಿಸುವುದು. ಇವುಗಳನ್ನೇ ಸೂಚ್ಯಾರ್ಥವಾಗಿ ಸ್ವರ್ಗ ಎನ್ನಲಾಗುತ್ತದೆ.

8. **ಭೂಮಿ:** ಕ್ರಮಿಸಬೇಕಿರುವ ದೂರ, ಸೇನೆಯ ಹಿರಿಯ ಮತ್ತು ಕಿರಿಯ, ಯುದ್ಧಭೂಮಿ ಅಥವಾ ಉಳಿದ ಸೈನಿಕ ಕಾರ್ಯಾಚರಣೆಯ ಸ್ಥಳದ ಅಪಾಯ ಮತ್ತು ಸುರಕ್ಷತೆ, ಮೈದಾನ ಮತ್ತು ಕಡಿದಾದ ಹಾದಿಗಳು, ಜೀವನ ಮತ್ತು ಮರಣದ ಅವಕಾಶಗಳನ್ನು ಒಳಗೊಂಡಿರುವ ವಸ್ತು – ವಿಷಯವೇ ಭೂಮಿ.

9. **ಮುಖಂಡ:** ವಿವೇಕಯುತವಾದ ಸದ್ಗುಣಗಳು, ನಿಷ್ಠ ಪ್ರಾಮಾಣಿಕತೆ, ಉದಾತ್ತ ಧ್ಯೇಯ, ಔದಾರ್ಯ, ಅದಮ್ಯ ಧೈರ್ಯ ಮತ್ತು ಅತೀವ ಶಿಸ್ತು ಒಬ್ಬ ಸಮರ್ಥ ಮುಖಂಡನಿಗಿರಬೇಕಾದ ಪ್ರಮುಖ ಗುಣಗಳು.

10. **ವಿಧಾನ ಮತ್ತು ಶಿಸ್ತು:** ಕ್ರಮಬದ್ಧವಾದ ನಿಯಮಗಳು ಹಾಗೂ ವಿಧಾನಗಳ ಅರ್ಥ ವಾಡಿಕೊಂಡು ಇದರ ಸಹಾಯದಿಂದ ಸೈನ್ಯದ ಎಲ್ಲಾ ವಿಭಾಗ – ಉಪವಿಭಾಗಗಳಲ್ಲಿ ಶಿಸ್ತನ್ನು ಕಾಪಾಡುವುದು, ಸೈನ್ಯದ ಅಧಿಕಾರಿಗಳಿಗೆ ಅವರ ಕಾರ್ಯದಕ್ಷತೆಯ ಆಧಾರದಲ್ಲಿ ಸ್ಥಾನ ಹಾಗೂ ಹುದ್ದೆ ನಿಗದಿಪಡಿಸುವುದು, ಸೈನ್ಯಕ್ಕೆ ಸಾಮಗ್ರಿಗಳು ಸರಿಯಾಗಿ ತಲುಪಿಸುವ ಸಂಪರ್ಕ ರಸ್ತೆಗಳನ್ನು ನಿರ್ಮಿಸುವುದು, ಸೈನ್ಯದ ಖರ್ಚುವೆಚ್ಚವನ್ನು ನಿಯಂತ್ರಣದಲ್ಲಿಟ್ಟುಕೊಳ್ಳುವುದು, ಇವೆಲ್ಲವೂ ಗಮನಾರ್ಹ ಸಂಗತಿಗಳೇ.

11. ಈ ಐದು ವಿಭಾಗದ ಮುಖ್ಯ ಸಂಗತಿಗಳು ಸೈನ್ಯದ ಪ್ರತಿಯೊಬ್ಬನಿಗೂ ಅರಿವಿರಬೇಕು. ಹಾಗಿದ್ದಾಗ ಮಾತ್ರ ದಿಗ್ವಿಜಯ ಸಾಧಿಸಲು ಸಾಧ್ಯ. ಈ ಸಂಗತಿಗಳನ್ನು ಅರಿತುಕೊಂಡ ಸೈನಿಕ ಎಂದಿಗೂ ವಿಫಲನಾಗುವುದಿಲ್ಲ.

12. ಸೈನ್ಯದ ವಿಚಾರವಾಗಿ ನಿರ್ಧಾರ ಕೈಗೊಳ್ಳಬೇಕಾದ ಸಂದರ್ಭಗಳಲ್ಲಿ ಈ ಮೇಲಿನ ಐದೂ ಅಂಶಗಳನ್ನು ಗಮನದಲ್ಲಿಟ್ಟುಕೊಂಡು ಬುದ್ಧಿವಂತಿಕೆಯಿಂದ ವರ್ತಿಸಿ. ಇದರೊಂದಿಗೆ ಈ ಕೆಳಗಿನ ಅಂಶಗಳ ಕುರಿತೂ ಸಹ ನೀವು ಗಮನ ಹರಿಸಬೇಕು.

13. (1) ಎರಡು ಪ್ರಭುತ್ವಗಳನ್ನು ಹೋಲಿಸಿ ನೋಡಿದಾಗ, ಎರಡರಲ್ಲಿ ಯಾವ ಪ್ರಭುತ್ವದಲ್ಲಿ ನೈತಿಕ ಕಾನೂನಿನ ಅಂಶಗಳು ಹೇರಳವಾಗಿವೆ?

(2) ಎರಡೂ ಸೈನ್ಯಗಳ ಸೇನಾಪತಿಗಳಲ್ಲಿ ಯಾರು ಹೆಚ್ಚು ಸಾಮರ್ಥ್ಯಶೀಲರಾಗಿದ್ದಾರೆ?

(3) ಸ್ವರ್ಗ ಮತ್ತು ಭೂಮಿಯಲ್ಲಿರಲು ಯಾರಿಗೆ ಹೆಚ್ಚು ಅಧಿಕಾರವಿದೆ?

(4) ಯಾವ ಭಾಗದಲ್ಲಿ ಶಿಸ್ತನ್ನು ಹೆಚ್ಚು ಧಾರ್ಮಿಕವಾಗಿ ಜಾರಿಗೊಳಿಸಲಾಗಿದೆ?

(5) ಯಾವ ಸೇನೆಯು ಬಲಶಾಲಿಯಾಗಿದೆ?

(6) ಯಾವ ಭಾಗದಲ್ಲಿ ಅಧಿಕಾರಿಗಳು ಮತ್ತು ವ್ಯಕ್ತಿಗಳು ಹೆಚ್ಚು ತರಬೇತಿಯನ್ನು ಪಡೆದಿದ್ದಾರೆ?

(7) ಯಾವ ಸೈನ್ಯದಲ್ಲಿ ಪ್ರತಿಫಲ ಮತ್ತು ಶಿಕ್ಷೆಗಳ ವಿಚಾರದಲ್ಲಿ ಕಟ್ಟುನಿಟ್ಟಿನ ಪದ್ಧತಿಯನ್ನು ಅನುಸರಿಸಲಾಗುತ್ತಿದೆ?

14. ಈ ಏಳು ಅಂಶಗಳನ್ನು ಕಟ್ಟುನಿಟ್ಟಾಗಿ ಪಾಲಿಸುವುದರಿಂದ ಯುದ್ಧದಲ್ಲಿ ಸೋಲಾಗುವುದೇ ಅಥವಾ ಗೆಲುವು ದಕ್ಕುವುದೇ ಎಂಬುದು ನಿರ್ಧಾರಿತವಾಗುತ್ತದೆ.

15. ಸೇನಾಪತಿಯು ಯುದ್ಧದ ಕುರಿತಾಗಿ ತನ್ನದೇ ಆಲೋಚನೆಯಲ್ಲಿದ್ದು, ಅದರಂತೆ ವರ್ತಿಸಿದರೆ, ಅವನು ಜಯವನ್ನು ಗಳಿಸುವನು: ಅಂತಹವನನ್ನು ಸೇನೆಯಲ್ಲಿ ಉಳಿಯಲು ಅವಕಾಶ ನೀಡಬೇಕು. ಯುದ್ಧದ ಕುರಿತಾಗಿ ಆಲೋಚಿಸದೇ, ಯುದ್ಧದ ನಿಯಮಗಳನ್ನು ಮೀರಿ ತನ್ನ ಮನಬಂದಂತೆ ನಿರ್ಧಾರ ಕೈಗೊಳ್ಳುವ ಸೇನಾಪತಿಯನ್ನು ನಿರ್ದಾಕ್ಷಿಣ್ಯವಾಗಿ ವಜಾಗೊಳಿಸಬೇಕು.

16. ಯುದ್ಧದಲ್ಲಿ ಲಾಭದ ಕುರಿತು ಆಲೋಚಿಸುವ ಸಂದರ್ಭದಲ್ಲಿ, ಒಂದು ವೇಳೆ ನಿಯಮಗಳನ್ನು ಮೀರಿ ಹೋಗಬೇಕಾಗಿ ಬಂದರೆ, ಆಗ ಸ್ವಂತ ಬುದ್ಧಿ – ವಿವೇಚನೆ ಬಳಸಿ ವಿವೇಕಯುತ ನಿರ್ಧಾರವನ್ನು ಕೈಗೊಳ್ಳುವುದು ಅತ್ಯಂತ ಮಹತ್ವದ್ದು.

17. ಯುದ್ಧದ ಸಂದರ್ಭಗಳಿಗೆ ಅನುಗುಣವಾಗಿ, ನಿಖರವಾದ, ಸಕಾರಾತ್ಮಕವಾದ ಧನಾತ್ಮಕ ಧೋರಣೆಯ ಯೋಜನೆಗಳನ್ನು ಕೈಗೊಳ್ಳಬೇಕು. ಅಗತ್ಯಬಿದ್ದರೆ ನಿಮ್ಮ ಯಾವುದೇ ಯೋಜನೆಯನ್ನಾದರೂ ತುರ್ತಾಗಿ ಬದಲಾಯಿಸಿಕೊಳ್ಳಿ.

18. ಎಲ್ಲಾ ಯುದ್ಧಗಳು ಎದುರಾಳಿಯನ್ನು ನೀವು ಹೇಗೆ ವಂಚಿತರನ್ನಾಗಿಸುತ್ತೀರಿ ಎಂಬುದನ್ನೇ ಅವಲಂಬಿಸಿವೆ. ಹೀಗಾಗಿ ಯುದ್ಧವನ್ನು ಎದುರಿಸುವಾಗ ಧೈರ್ಯ – ಸ್ಥೈರ್ಯದ ಜೊತೆ

ಚತುರ ತಂತ್ರಗಾರಿಕೆಯೂ ಬೇಕು. ಹೀಗಿದ್ದಾಗ ಮಾತ್ರ ನೀವು ಯುದ್ಧ ಗೆಲ್ಲಬಲ್ಲಿರಿ.

19. ಆದ್ದರಿಂದ, ಎದುರಾಳಿಗಳು ಆಕ್ರಮಣ ಮಾಡಲು ಸಿದ್ಧರಿರುವಾಗ, ನಾವು ಅಸಮರ್ಥರಂತೆ ಕಾಣಬೇಕು; ನಮ್ಮ ಶಕ್ತಿಯನ್ನು ಉಪಯೋಗಿಸುವಾಗ, ನಾವು ಖಂಡಿತವಾಗಿ ನಿಷ್ಕ್ರಿಯರಂತೆ ಕಾಣಬೇಕು; ನಾವು ಹತ್ತಿರದಲ್ಲಿರುವಾಗ, ಹೆಚ್ಚು ದೂರದಲ್ಲಿದ್ದೇವೆ ಎಂದು ಶತ್ರುವು ನಂಬುವಂತೆ ಮಾಡಬೇಕು; ದೂರದಲ್ಲಿರುವಾಗ, ನಾವು ಖಂಡಿತವಾಗಿ ಹತ್ತಿರದಲ್ಲಿದ್ದೇವೆ ಎಂದು ಅವನು ನಂಬುವಂತೆ ಮಾಡಬೇಕು. ಇಂತಹ ಸಾಂದರ್ಭಿಕ ಘಟನೆಗಳನ್ನು ಸೃಷ್ಟಿಸಿ, ಶತ್ರುವನ್ನು ಗೊಂದಲಕ್ಕೀಡುಮಾಡಬೇಕು.

20. ಶತ್ರುವನ್ನು ಪ್ರಲೋಭಿಸಲು ಬೇಟೆಯನ್ನು ಹಿಡಿಯಿರಿ. ಅವನು ನಿಮ್ಮ ಕುರಿತು ಭ್ರಮಿಸುವಂತೆ ಮಾಡಿ, ಆ ಕಲ್ಪನೆಯಿಂದಲೇ ತಾರು–ಮಾರು ಮಾಡಿ ಅವನನ್ನು ಬಡಿಯಿರಿ.

21. ಒಂದು ವೇಳೆ ಎಲ್ಲಾ ಅಂಶಗಳಿಂದಲೂ ಶತ್ರುವು ಸುರಕ್ಷಿತನಾಗಿದ್ದರೆ, ಅವನನ್ನು ನೇರವಾಗಿ ಎದುರಿಸಲು ನೀವು ಸಿದ್ಧರಾಗಿ. ಒಂದು ವೇಳೆ ಶತ್ರುವು ಬಲಶಾಲಿಯಾಗಿದ್ದರೆ, ತಪ್ಪಿಸಿಕೊಳ್ಳುವುದೇ ನಿಮ್ಮ ಮುಂದಿನ ಆಯ್ಕೆ.

22. ಒಂದು ವೇಳೆ ನಿಮ್ಮ ಎದುರಾಳಿಯು ಸಿಡುಕಿನ ಮನೋಭಾವದಿಂದ ಕೂಡಿದ್ದರೆ, ಅವನನ್ನು ಕಿರಿಕಿರಿಗೊಳಿಸಲು ಪ್ರಯತ್ನಿಸಿ. ದುರ್ಬಲರಂತೆ ನಟಿಸಿ, ಅದರಿಂದ ಅವನ ಅಹಂಕಾರವು ಬೆಳೆಯುವುದು. ಆ ಅಹಂಕಾರದಿಂದ ಆತ ಮೈಮರೆಯುತ್ತಾನೆ. ಆಗ ನೀವು ಆತನನ್ನು ಬಗ್ಗು ಬಡಿಯಬಹುದು.

23.   ಒಂದು ವೇಳೆ ಅವನು ವಿಶ್ರಮಿಸುತ್ತಿರುವಾಗಲೇ ಅವನನ್ನು ರೊಚ್ಚಿಗೆಬ್ಬಿಸಿ. ಅವನ ಸೇನೆಯೂ ಅವನೊಂದಿಗಿದ್ದಲ್ಲಿ ಸೇನೆಯಿಂದ ಶತ್ರುಕೂಟದ ನಾಯಕನನ್ನು ಬೇರ್ಪಡಿಸಲು ಸಂಚು ಹೂಡಿ.

24.   ಅವನು ಸಿದ್ಧವಿರದ ಸ್ಥಿತಿಯಲ್ಲಿ ಆಕ್ರಮಣ ಮಾಡಿ, ನಿಮ್ಮನ್ನು ನಿರೀಕ್ಷಿಸಲಾಗದ ಸ್ಥಳದಲ್ಲಿ ಕಾಣಿಸಿಕೊಳ್ಳಿ.

25.   ಈ ನಿಯಮಗಳು ನಿಮ್ಮ ವಿಜಯಕ್ಕೆ ಕಾರಣವಾಗುತ್ತದೆ, ಆದರೆ ವಿಜಯಕ್ಕೆ ಮೊದಲೇ ನಿಮ್ಮ ತಂತ್ರಗಳನ್ನು ಬಹಿರಂಗ ಪಡಿಸಬೇಡಿ.

26.   ಯುದ್ಧವನ್ನು ಗೆದ್ದ ಸೇನಾಧಿಪತಿಯ ಮನದಲ್ಲಿ ಯುದ್ಧದ ಕುರಿತಾಗಿ ಅನೇಕ ಲೆಕ್ಕಾಚಾರಗಳು ನಡೆದಿರುತ್ತವೆ. ಅದರಂತೆಯೇ ಸೋತ ಸೇನಾಧಿಪತಿಯೂ ಲೆಕ್ಕಾಚಾರ ಮಾಡಿರುತ್ತಾನೆ. ಇಂತಹ ಅನೇಕ ಲೆಕ್ಕಾಚಾರಗಳೆ ಯುದ್ಧದ ಸೋಲು ಅಥವಾ ಗೆಲುವಿಗೆ ಕಾರಣವಾಗುತ್ತವೆ. ಸೇನಾಧಿಪತಿಯ ಚಾಕಚಕ್ಯತೆಯನ್ನು ಆಧರಿಸಿ ಸೋಲು ಅಥವಾ ಗೆಲುವನ್ನು ಸುಲಭವಾಗಿ ನಿರ್ಧರಿಸಬಹುದು.

ಅಧ್ಯಾಯ 2: ಯುದ್ಧ ಸಂದರ್ಭ

1. ಸನ್ ತ್ಸು ಹೇಳುವಂತೆ ಯುದ್ಧದ ಕಾರ್ಯಾಚರಣೆಯಲ್ಲಿ, ಯುದ್ಧಭೂಮಿಯಲ್ಲಿ ಒಂದು ಸಾವಿರ ವೇಗವಾದ ರಥಗಳು, ಅನೇಕ ಸಾಧಾರಣ ರಥಗಳು ಮತ್ತು ಒಂದು ನೂರು ಸಾವಿರ ಲೋಹ–ಕವಚದ ಶಿರಸ್ತ್ರಾಣ – ಧರಿಸಿನ ಸೈನಿಕರು, ಅವರಿಗೆ ಅಗತ್ಯವಿರುವ ಸಾಮಗ್ರಿಗಳನ್ನು ಸಾಗಿಸಲು ಸಾವಿರ ಯುದ್ಧ ಸಾಮಗ್ರಿ ಸರಬರಾಜಿನ ವಾಹನಗಳು, ಅತಿಥಿಗಳ ಮನರಂಜನೆಗೆ ಅಗತ್ಯವಿರುವ ವಸ್ತುಗಳು ಸೇರಿದಂತೆ ಗೃಹಬಳಕೆಯ ವಸ್ತುಗಳು, ಸಣ್ಣ ವಸ್ತುಗಳಾದ ಅಂಟು, ಬಣ್ಣ, ರಥ ಹಾಗೂ ಯುದ್ಧಕವಚದ ದುರಸ್ತಿ ಸಾಮಗ್ರಿಗಳೂ ಸಹ ಇರಬೇಕು.

ಈ ವ್ಯವಸ್ಥೆಯಲ್ಲಿ ಒಂದು ದಿನದ ಸರಿಸುಮಾರು ವೆಚ್ಚ ಒಂದು ಸಾವಿರ ಔನ್ಸ್ ಬೆಳ್ಳಿಯ ದರಕ್ಕೆ ಸಮನಾಗಿರುತ್ತದೆ. ಇದು 100,000 ಮಂದಿಯ ಸೇನೆಯ ಒಂದು ದಿನದ ವೆಚ್ಚ.

2. ನೀವು ಯುದ್ಧದಲ್ಲಿ ನಿರತವಾಗಿದ್ದು ನಿಮ್ಮ ಗೆಲುವು ದೂರದಲ್ಲಿದ್ದರೆ ನಿಮ್ಮ ಶಸ್ತ್ರಾಸ್ತ್ರ ಬಳಕೆಯ ಶಕ್ತಿ, ಹೋರಾಟದ ತೀವ್ರತೆ ಎಲ್ಲವೂ ಕುಂದತೊಡಗುತ್ತವೆ. ಒಂದು ವೇಳೆ ನೀವು ಒಂದು ಪಟ್ಟಣಕ್ಕೆ ಮುತ್ತಿಗೆ ಹಾಕಿದರೂ ನಿಮ್ಮ ಶಕ್ತಿ ಬಹಳ ಬೇಗ ಕುಂದತೊಡಗುತ್ತವೆ.

3. ಇಂತಹ ಪರಿಸ್ಥಿತಿಯಲ್ಲಿ ಯುದ್ಧ ಸುದೀರ್ಘವಾಗಿ ಮುಂದುವರೆದದ್ದೇ ಆದರೆ ಯುದ್ಧದ ದಣಿವಿಗೆ ನೀವು ತಂದ ನಿಮ್ಮ ರಾಜ್ಯದ ಸಂಪನ್ಮೂಲಗಳು ಸಮನಾಗಿಲ್ಲ ಎಂದರ್ಥ.

4. ನಿಮ್ಮ ಶಸ್ತ್ರಾಸ್ತ್ರಗಳ ಶಕ್ತಿ ಕುಂದಿದಾಗ, ನಿಮ್ಮ ಪ್ರತಾಪ ಬತ್ತಿದಾಗ, ನೀವು ನಿತ್ರಾಣರಾದಾಗ ಮತ್ತು ನಿಮ್ಮ ನಿಧಿಯು ಮುಗಿದುಹೋದಾಗ, ಬೇರೆಯ ಮುಖಂಡರು ನಿಮ್ಮ ಮುಗಿದುಹೋದ ತಾಕತ್ತಿನ ಲಾಭವನ್ನು ಪಡೆಯಲು ಮುಂಬರುತ್ತಾರೆ. ಆದರೆ ನಿಮ್ಮ ಸೈನ್ಯದಲ್ಲಿರುವ ಕೆಲವೇ ಬುದ್ಧಿವಂತರನ್ನು ಹೊರತುಪಡಿಸಿ, ಯಾರೊಬ್ಬರೂ ಆನಂತರದ ಪರಿಣಾಮಗಳನ್ನು ತಪ್ಪಿಸಲು, ಎದುರಿಸಲು ಸಮರ್ಥರಾಗಿರುವುದಿಲ್ಲ.

ನೀವಿಲ್ಲಿ ಗಮನಿಸಬೇಕಿರುವುದೇ ಇದು. ಇಂತಹ ಸಂಕೀರ್ಣ ಸನ್ನಿವೇಶ ಎದುರಾದಾಗ ಯಾವ ಮುಖಂಡರನ್ನು ಆಯ್ಕೆ ಮಾಡಿಕೊಳ್ಳುತ್ತೀರಿ ಎನ್ನುವುದು ಅತಿ ಮುಖ್ಯ. ಬುದ್ಧಿವಂತರ ಕೈಗೆ ಆಡಳಿತ ನೀಡಿದರೆ ನಿಮ್ಮ ಉದ್ದೇಶ ಈಡೇರುತ್ತದೆ, ಅಸಮರ್ಥರ ಕೈಗೆ ಅಧಿಕಾರ ಸಿಕ್ಕರೆ ನಿಮ್ಮ ಯೋಜನೆಗಳೆಲ್ಲಾ ತಲೆಕೆಳಗಾಗುತ್ತವೆ.

5. ಹೀಗಾದರೂ, ನಾವು ಯುದ್ಧದಲ್ಲಿ ಮೂರ್ಖತನದ ಹಾಗೂ ಅವಸರದ ನಿರ್ಧಾರಗಳನ್ನು ಕಾಣಬಹುದು. ದೀರ್ಘಕಾಲೀನ ಯುದ್ಧಗಳಲ್ಲಿ ಬುದ್ಧಿವಂತಿಕೆಯಿಂದ ವರ್ತಿಸಬಲ್ಲ ಸಕಾರಾತ್ಮಕ ದೃಷ್ಟಿಕೋನದ, ಧನಾತ್ಮಕ ಚಿಂತನೆಯ ಸ್ಥಿತಪ್ರಜ್ಞ ಗಂಭೀರ ಸೇನಾಪತಿಗಳು ಕಂಡುಬರುವುದು ತುಂಬಾ ಅಪರೂಪ.

6. ದೀರ್ಘಕಾಲೀನ ಯುದ್ಧದಿಂದ ಪ್ರಯೋಜನ ಪಡೆದುಕೊಂಡಿರುವ ಯಾವ ದೇಶದ ನಿದರ್ಶನವೂ ಇಲ್ಲ. ಸುದೀರ್ಘ ಯುದ್ಧಗಳು ಎರಡೂ ಪಾಳೆಯಕ್ಕೆ ನಷ್ಟವೇ ಹೊರತು ಲಾಭವಿಲ್ಲ.

7. ಇಂತಹ ದೀರ್ಘಕಾಲೀನ ಯುದ್ಧಗಳು ಕೇವಲ ಒಬ್ಬನ ಲಾಭಕ್ಕಾಗಿ ನಡೆಯುತ್ತವೆ. ಆತ ಯುದ್ಧದ ಕ್ರೂರತೆಯನ್ನು ಅನುಭವಿಸಲೆಂದೇ ಯುದ್ಧಕ್ಕಿಳಿದಿರುತ್ತಾನೆ. ಯುದ್ಧದ ಮೂಲಕ ತನಗೆ ಅಗತ್ಯವಿರುವ ಯಾವುದನ್ನೋ ಪಡೆದುಕೊಳ್ಳಲು ಹಪಹಪಿಸುತ್ತಿರುತ್ತಾನೆ. ಯುದ್ಧವೇ ಲಾಭದಾಯಕ ಮಾರ್ಗವೆಂದು ಅರ್ಥ ಮಾಡಿಕೊಂಡಿರುತ್ತಾನೆ.

ಹೀಗಾಗಿ ಇದು ಒಬ್ಬನ ಸ್ವಾರ್ಥಕ್ಕಾಗಿ ನಡೆಯುವ ವಿನಾಕಾರಣ ಪ್ರಾಣಹರಣವೇ ಹೊರತು, ಒಂದು ನಾಡಿನ ಅಥವಾ ದಳದ ಅಥವಾ ಗುಂಪಿನ ನಿರ್ದಿಷ್ಟ ಉದ್ದೇಶದ ಯುದ್ಧ ಸಾಧನೆಯಲ್ಲ.

8. ಒಬ್ಬ ನುರಿತ ಸೈನಿಕನಿಗೆ ಎರಡೆರಡು ಬಾರಿ ಸುಂಕ ವಿಧಿಸಲಾಗುವುದಿಲ್ಲ. ಅವನ ವ್ಯಾನ್‌ನಲ್ಲಿ ಸಹ ಅಗತ್ಯಕ್ಕಿಂತ ಹೆಚ್ಚು ಅಂದರೆ ವ್ಯಾನ್ ಸಾಮರ್ಥ್ಯದ ಎರಡರಷ್ಟು ಲೋಡ್ ಮಾಡಲಾಗುವುದಿಲ್ಲವಾದ ಕಾರಣ ಸುಂಕ ಹೆಚ್ಚಿಸಬೇಕಾದ ಅಗತ್ಯವೂ ಕಂಡುಬರುವುದಿಲ್ಲ.

9. ಹೀಗಾಗಿ ಯುದ್ಧದ ಸಾಮಗ್ರಿಗಳನ್ನು ಮನೆಯಿಂದಲೇ ತಂದ ಪಕ್ಷದಲ್ಲಿ ಸೈನ್ಯದ ಮೂಲಭೂತ ಹೊರೆಯಲ್ಲಿ ನಿಮ್ಮ ಯುದ್ಧ ಸಾಮಗ್ರಿ ಸೇರುವುದಿಲ್ಲ. ಹೀಗಾದ ಪಕ್ಷದಲ್ಲಿ ಅಂದರೆ ನಿಮ್ಮ ಯುದ್ಧ ಸಾಮಗ್ರಿಗಳನ್ನು ನೀವೇ ತಂದಾಗ ಸೈನ್ಯದ ಆಹಾರ ಪೂರೈಕೆಯ ಕಡೆಗೆ ಹೆಚ್ಚಿನ ಗಮನ ನೀಡಬಹುದು. ಸೈನ್ಯದಲ್ಲಿ ಆಹಾರ ಪೂರೈಕೆ ಸಮರ್ಪಕವಾಗಿ ನಡೆದಾಗ ಸೈನಿಕನು ಶಕ್ತಿಕುಂದುವ ಸಾಧ್ಯತೆಗಳು ಕಡಿಮೆಯಿರುತ್ತದೆ.

10. ರಾಜ್ಯದ ಬೊಕ್ಕಸವು ಬಡವಾಗಿದ್ದರೆ ದೂರದಲ್ಲಿರುವ ಸೇನೆಯ ಸಮರ್ಪಕ ನಿರ್ವಹಣೆ ಕಠಿಣವಾಗುತ್ತದೆ. ಅದಕ್ಕಾಗಿ ದೂರದೇಶದ ರಾಜ್ಯಸ್ನೇಹಿ ಶ್ರೀಮಂತರ ನೆರವು ಪಡೆಯು

ಬೇಕಾಗುತ್ತದೆ ಅಥವಾ ಬೇರೆ ಮಾರ್ಗಗಳನ್ನು ಅನುಸರಿಸ ಬೇಕಾಗುತ್ತದೆ. ಆದರೆ ಹೀಗೆ ಮಾಡುವುದರಿಂದ ಶ್ರೀಮಂತರಿಗೂ ಬಡತನದ ಸಮಸ್ಯೆ ಕಾಡಬಹುದು, ಅಲ್ಲದೇ, ಅಂತಹ ನೆರವುಗಳನ್ನು ನಿರೀಕ್ಷಿತ ಮಟ್ಟದಲ್ಲಿ ಗಳಿಸುವುದು ಅಸಾಧ್ಯ ವಾದುದರಿಂದ, ಸೈನ್ಯ ತಳಮಳಕ್ಕೆ ಬೀಳುತ್ತದೆ. ಇದರಿಂದ ಸೈನ್ಯದಲ್ಲಿ ಅರಾಜಕತೆ ಎದುರಾಗಬಹುದು.

11. ಇನ್ನೊಂದು ತರದಲ್ಲಿ ನೋಡಿದರೆ ಯುದ್ಧ ಕಾಲದಲ್ಲಿ ಸೈನ್ಯವು ರಾಜ್ಯದ ಹತ್ತಿರವಿದ್ದರೆ ಬೆಲೆಏರಿಕೆಗೆ ಕಾರಣವಾಗುತ್ತದೆ. ಇದರಿಂದ ಜನಸಾಮಾನ್ಯರು ಬೆಲೆಏರಿಕೆಯ ಜೊತೆಜೊತೆಗೆ ತಮ್ಮಲ್ಲಿರುವ ವಸ್ತುಗಳನ್ನೆಲ್ಲಾ ಕಳೆದುಕೊಂಡು ಬೀದಿಗೆ ಬೀಳುವಂತಾಗುತ್ತದೆ.

12. ಈ ರೀತಿಯಾಗಿ ಜನಸಾಮಾನ್ಯರು ಅಸಹಾಯಕರಾದರೆ, ಜನರ ವಸ್ತುಗಳು, ಆಹಾರ ಬರಿದಾದರೆ ಉತ್ಪಾದಕರು, ಅದರಲ್ಲೂ ಮುಖ್ಯವಾಗಿ ರೈತ ಬಹಳ ಸಮಸ್ಯೆ ಎದುರಿಸುತ್ತಾನೆ. ಆತ ಸೈನ್ಯಕ್ಕೆ ಮತ್ತು ಜನತೆಗೆ ಸಾಕಾಗುವಷ್ಟು ಆಹಾರಗಳನ್ನು ಉತ್ಪಾದಿಸಬೇಕು, ಅದಕ್ಕಾಗಿ ಹೆಚ್ಚಿನ ಪರಿಶ್ರಮ ಬೇಕು, ರೈತನಿಗೆ ಪ್ರಕೃತಿಯ ಸಹಾಯವೂ ಬೇಕು. ಇದರಿಂದ ರೈತ ಸಾಕಷ್ಟು ಒತ್ತಡ, ಸಮಸ್ಯೆಗಳನ್ನು ಎದುರಿಸುತ್ತಾನೆ. ಆಗ ಅಕ್ಷರಶಃ ರೈತ ಸುಲಿಗೆ ಗೊಳಗಾಗುತ್ತಾನೆ.

13&14. ಈ ವಸ್ತುಗಳ ಹಾನಿ ಹಾಗೂ ಶಕ್ತಿಯ ಬಳಲಿಕೆಯಿಂದ, ಅಲ್ಲಿನ ಜನ ಮನೆಮಠಗಳನ್ನು ಕಳೆದುಕೊಳ್ಳುತ್ತಾರೆ. ಅವರ ಆದಾಯದಲ್ಲಿ ಶೇ. ಮೂವತ್ತರಷ್ಟು ಕಡಿಮೆಯಾಗುತ್ತದೆ. ಮುರಿದ ರಥಗಳು, ಶಕ್ತಿಗುಂದಿದ ಕುದುರೆಗಳು, ಎದೆ-ಕವಚಗಳು, ಶಿರಸ್ತ್ರಾಣಗಳು, ಬಿಲ್ಲು ಮತ್ತು ಬಾಣಗಳು, ಭರ್ಜಿ ಹಾಗೂ

ರಕ್ಷಾಫಲಕಗಳು, ಸಮವಸ್ತ್ರಗಳು, ಎತ್ತುಗಳು ಮತ್ತು ಭಾರಿ ಯಾನಗಳಿಗಾಗಿಯೇ ಸರ್ಕಾರವು ತನ್ನ ಆದಾಯದ ಶೇ. ನಲ್ವತ್ತರಷ್ಟು ವ್ಯಯಿಸಬೇಕಾದ ಪರಿಸ್ಥಿತಿಯುಂಟಾಗುತ್ತದೆ.

15. ಆದ್ದರಿಂದ ಒಬ್ಬ ಬುದ್ದಿವಂತ ಸೇನಾಪತಿಯು ವೈರಿಯ ರಾಜ್ಯದ ಮೇಲೆ ಆಕ್ರಮಣ ಮಾಡುವಾಗ ಆತ ವೈರಿ ರಾಜ್ಯದ ಸಂಪತ್ತಿಗೆ ಹೇಗೆ ಆಪತ್ತು ತರಬಹುದೆಂದು ಚಿಂತಿಸುತ್ತಾನೆ. ವೈರಿ ರಾಜ್ಯದ ಮೂಲಭೂತ ಸಂಪತ್ತುಗಳಿಗೆ, ಅಲ್ಲಿನ ಆಹಾರಧಾನ್ಯಗಳಿಗೆ ತೊಂದರೆಯಾಗುವಂತೆ ಮಾಡುತ್ತಾನೆ. ಹಾಗೆ ಮಾಡಿದಾಗ ಆತನಿಗೆ ಹೆಚ್ಚು ಶ್ರಮವಿಲ್ಲದೇ ಲಾಭ ದೊರಕುತ್ತದೆ. ಏಕೆಂದರೆ ಒಂದು ಬಂಡಿ ಆಹಾರ 20 ಜನಕ್ಕೆ ಸಾಕಾಗುವಷ್ಟಿರುತ್ತದೆ ಎಂದು ಯೋಚಿಸಿದರೆ, ಆ ಬಂಡಿಗಳನ್ನೇ ವಶಪಡಿಸಿಕೊಂಡರೆ ಅಂಗಡಿ ಅಂಗಡಿಗಳನ್ನೇ ದೋಚಿದಂತಾಗುತ್ತದೆ. ಹೀಗೆ ಮಾಡಿದಾಗ ರಾಜ್ಯದ ಆಹಾರ ಸಂಪನ್ಮೂಲಕ್ಕೆ ಸ್ವಾಭಾವಿಕವಾಗಿಯೇ ಧಕ್ಕೆಯಾಗುತ್ತದೆ. ಇದರಿಂದ ವೈರಿ ರಾಜ್ಯದ ಜನರ ಶಕ್ತಿಗುಂದುತ್ತದೆ. ಜಯ ಸುಲಭ ಸಾಧ್ಯವಾಗುತ್ತದೆ.

16. ಶತ್ರುವನ್ನು ಕೊಲ್ಲುವ ಸಲುವಾಗಿ, ನಮ್ಮ ಜನರು ಕೋಪಗೊಳ್ಳುವಂತೆ ನಿರ್ದೇಶಿಸಬೇಕು. ಅದು ವೈರಿಯನ್ನು ಸೋಲಿಸುವಲ್ಲಿ ಅನುಕೂಲವಾಗಬಹುದು. ಆದರೆ ಯುದ್ಧದಲ್ಲಿ ಹೋರಾಡಿದ ಜನರಿಗೆ, ಅದರ ಯಶಸ್ಸಿಗೆ ಕಾರಣರಾದವರಿಗೆ ಖಂಡಿತವಾಗಿಯೂ ಪ್ರತಿಫಲ ದೊರಕಲೇಬೇಕು.

17. ಹಾಗಾಗಿ ರಥದ ಹೋರಾಟದಲ್ಲಿ, ಹತ್ತು ಅಥವಾ ಹೆಚ್ಚು ರಥಗಳನ್ನು ತೆಗೆದುಕೊಂಡಾಗ, ಅವುಗಳನ್ನು ಯಾರು ಮೊದಲು ತೆಗೆದುಕೊಂಡರೋ ಅವರಿಗೆ ಬಹುಮಾನ ನೀಡಬೇಕು. ಶತ್ರುಗಳ ಧ್ವಜದ ಸ್ಥಾನದಲ್ಲಿ ನಮ್ಮ ಧ್ವಜಗಳನ್ನು ಬದಲಿಸಬೇಕು ಮತ್ತು

ನಮ್ಮ ಸಂಯೋಗದೊಂದಿಗೆ ಉಪಯೋಗಿಸಲ್ಪಟ್ಟ ರಥಗಳನ್ನು ತೆಗೆದುಕೊಳ್ಳಬೇಕು. ವಶಪಡಿಸಿಕೊಂಡ ಸೈನಿಕರನ್ನು ದಯೆಯಿಂದ ಚಿಕಿತ್ಸೆ ನೀಡಿ ಇರಿಸಿಕೊಳ್ಳಬೇಕು.

18. ವಶಪಡಿಸಿಕೊಂಡ ವೈರಿಗಳನ್ನು ನಿಮ್ಮ ಸ್ವಂತ ಶಕ್ತಿಯನ್ನು ಹೆಚ್ಚಿಸಿಕೊಳ್ಳಲು ಬಳಸಿಕೊಳ್ಳಿ ಮತ್ತು ಅವರನ್ನು ನಿಮ್ಮ ಸೈನ್ಯದ ಭಾಗವನ್ನಾಗಿಸಿ ಅವರಿಗೆ ಉತ್ತಮ ಸೌಕರ್ಯಗಳನ್ನು ಒದಗಿಸಿಕೊಡಿ.

19. ಯುದ್ಧದಲ್ಲಿ ನಿಮ್ಮ ಮಹತ್ತರವಾದ ಗುರಿ ವಿಜಯವಾಗಿರಲಿ, ದೀರ್ಘವಾದ ಕಾರ್ಯಾಚರಣೆಗಳಲ್ಲ.

20. ಸೈನ್ಯದ ಮುಖಂಡರು ಜನರ ಅದೃಷ್ಟದ ನಿರ್ಣಯಕಾರರೆಂದು ತಿಳಿಯಬಹುದು. ಯಾವುದೇ ಒಂದು ರಾಜ್ಯ ಶಾಂತಿಯಿಂದಿರಲು ಅಥವಾ ಗಂಡಾಂತರಕ್ಕೆ ಒಳಗಾಗಲು ಅವರು ಅವಲಂಬಿಸಿರುವ ವ್ಯಕ್ತಿಗಳೇ ಕಾರಣರಾಗುತ್ತಾರೆ.

ಅಧ್ಯಾಯ 3: ಆಕ್ರಮಣದ ಯೋಜನೆಗಳು

1. ಸನ್ ತ್ಸು ಹೇಳುವಂತೆ, ಯುದ್ಧಕಲೆಯ ಪ್ರಯೋಗದಲ್ಲಿ, ವೈರಿಯ ಇಡೀ ದೇಶವನ್ನು ಧ್ವಂಸಗೊಳಿಸುವುದಕ್ಕಿಂತ, ದೇಶವನ್ನು ಅದು ಇದ್ದ ಸ್ಥಿತಿಯಲ್ಲೇ ವಶಪಡಿಸಿಕೊಳ್ಳುವುದು ಉತ್ತಮ ಯುದ್ಧ ನೀತಿ. ಪೂರ್ಣ ಸೈನ್ಯವನ್ನು ನಾಶಗೊಳಿಸುವ ಬದಲು, ಅಲ್ಲಿನ ಆಳ್ವಿಕೆಯನ್ನು, ಸಂಪೂರ್ಣ ವ್ಯವಸ್ಥೆಯನ್ನು ವಶಪಡಿಸಿಕೊಳ್ಳಬೇಕು. ಅಲ್ಲಿನ ಯಾವುದೇ ಸಂಪನ್ಮೂಲಗಳನ್ನು ಹಾಳುಗೆಡವಬಾರದು. ಯಾವುದೇ ಸಂಪನ್ಮೂಲಗಳಾದರೂ ಬಳಸಿಕೊಳ್ಳುವವನು ಬುದ್ಧಿವಂತ ಯುದ್ಧ ನೀತಿಜ್ಞ; ಹಾಳು ಮಡುವವನು ಮೂರ್ಖ.

2. ಶತ್ರುವಿನೊಂದಿಗೆ ಹೋರಾಟದಿಂದ ಸಾಮ್ರಾಜ್ಯವನ್ನು ವಶಪಡಿಸಿಕೊಳ್ಳುವ ಬದಲು ಯಾವುದೇ ಪ್ರತಿರೋಧವಿಲ್ಲದಂತೆ, ಎಲ್ಲೂ ಗಲಿಬಿಲಿ ಉಂಟಾಗದಂತೆ ಬುದ್ಧಿವಂತಿಕೆಯಿಂದ ಗೆಲ್ಲುವುದರ ಕುರಿತು ಯೋಜನೆಯನ್ನು ಹೆಣೆಯಬೇಕು. ಶತ್ರುವಿನ ಸುತ್ತ ಬುದ್ಧಿವಂತಿಕೆಯ ಬಲೆ ಹರಡಿ ಆತನನ್ನು, ಆತನ ರಾಜ್ಯವನ್ನು ವಶಪಡಿಸಿಕೊಳ್ಳುವುದು ಅತ್ಯಂತ ಶ್ರೇಷ್ಠ ವಿಧಾನ. ಇದರಿಂದ ಯುದ್ಧದ ಅವಧಿ ಕಡಿಮೆಯಿರುತ್ತದೆ ಹಾಗೂ ಪ್ರಾಣಹಾನಿಗಳೂ ಕಡಿಮೆಯಾಗಿರುತ್ತವೆ.

3. ಎದುರಾಳಿಯ ಯೋಜನೆಗಳನ್ನು ಅರಿತು, ಅದರಂತೆ ತನ್ನ ಯೋಜನೆಗಳನ್ನು ರೂಪಿಸುವುದು, ತನ್ನ ಸೈನ್ಯಕ್ಕೆ ಹೆಚ್ಚು ತೊಂದರೆಗಳಾಗದಂತೆ ಕಾಪಾಡುವುದು, ಎದುರಾಳಿಯ ಸೈನ್ಯ ಕೂಡಿಕೊಳ್ಳುವ ಮಾರ್ಗದಲ್ಲಿಯೇ ದಾಳಿ ನಡೆಸುವುದು, ನಂತರ ರಣರಂಗದಲ್ಲಿ ಎದುರಾಳಿಯ ಸೈನ್ಯದ ವಿರುದ್ಧ ಸಮರ್ಪಕ ಹೋರಾಟ ನಡೆಸುವುದು ಇವೆಲ್ಲಾ ಅತ್ಯುತ್ತಮ ಸೈನ್ಯಾಧಿಪತಿಯ ಲಕ್ಷಣಗಳು. ಯುದ್ಧದ ಅತ್ಯಂತ ಕೆಟ್ಟ ನೀತಿಯೆಂದರೆ ದೊಡ್ಡದಾದ

ಗೋಡೆಗಳನ್ನು ಹೊಂದಿರುವ ನಗರಗಳ ಮೇಲೆ ಮುತ್ತಿಗೆ ಹಾಕುವುದು. ಗೋಡೆ ಕೆಡುವುಗಾಲೇ ಸೈನ್ಯದ ಅರೆ ಶಕ್ತಿ ನಾಶವಾಗಿರುತ್ತದೆ. ಇನ್ನು ಹೋರಾಟ ಮಾಡುವುದೆಲ್ಲಿ?

4. ದೊಡ್ಡ ಗೋಡೆಗಳಿರುವ ಪಟ್ಟಣಗಳನ್ನು ಮುತ್ತಿಗೆ ಹಾಕುವುದನ್ನು ಸಾಧ್ಯವಾದಷ್ಟು ತಪ್ಪಿಸಬೇಕು. ಏಕೆಂದರೆ ಅದಕ್ಕಾಗಿ, ವಿಪರೀತ ಸಿದ್ಧತೆಗಳನ್ನು ಮಾಡಬೇಕಾಗುತ್ತದೆ. ಎಲ್ಲಿಗೆ ಬೇಕಾದರೂ ಕೊಂಡೊಯ್ಯಬಲ್ಲ ವಸತಿ ವ್ಯವಸ್ಥೆ ಮಾಡಿಕೊಳ್ಳಬೇಕು, ಪ್ರತಿಯೊಬ್ಬ ಸೈನಿಕನಿಗೂ ಅಗತ್ಯವಿರುವ ರಕ್ಷಾಕವಚಗಳನ್ನು ಪೂರೈಸಬೇಕು ಹಾಗೂ ದೊಡ್ಡ ದೊಡ್ಡ ಗೋಡೆಗಳನ್ನು ಕೆಡವಲು ಸಾಧ್ಯವಾಗುವಂತಹ ಉಪಕರಣಗಳನ್ನು ತಯಾರಿಸಬೇಕು. ಇವೆಲ್ಲಕ್ಕೂ ಸುಮಾರು ಮೂರು ತಿಂಗಳುಗಳ ಸಮಯ ಬೇಕಾಗುತ್ತದೆ. ನಂತರ ಗೋಡೆಗಳನ್ನು ಮುರಿಯಲು ಸಾಧ್ಯವಿರುವಂತಹ ದೊಡ್ಡ ದೊಡ್ಡ ಮರದ ದಿಬ್ಬಗಳ ವ್ಯವಸ್ಥೆಯನ್ನು ಮಾಡಿಕೊಳ್ಳಬೇಕು. ಅದಕ್ಕೊಂದು ಮೂರು ತಿಂಗಳ ಸಮಯದ ಅಗತ್ಯವಿದೆ. ಹೀಗಾಗಿ ಯುದ್ಧವು ದೀರ್ಘಕಾಲೀನವಾಗುತ್ತದೆ.

5. ತನ್ನ ಸಿಟ್ಟನ್ನು, ಕಿರಿಕಿರಿಯನ್ನೂ ನಿಗ್ರಹಿಸಿಕೊಳ್ಳಲಾಗದ ಸೇನಾಧಿಪತಿಯಿಂದ ಅನೇಕ ಅವಾಂತರಗಳು ಜರುಗುತ್ತವೆ. ಆತ ತನ್ನ ಜನರನ್ನು ಇರುವೆಗಳಂತೆ ಗುಂಪುಗೂಡಿಸಿ ದಾಳಿಗೆ ಕಳುಹಿಸುವನು. ಅದರ ಪರಿಣಾಮವಾಗಿ ಅವನ ಶೇ.30ರಷ್ಟು ಭಾಗದಷ್ಟು ಸೈನ್ಯಕ್ಕೆ ಹಾನಿಯಾಗುತ್ತದೆ. ಅಲ್ಲದೇ ದಾಳಿ ನಡೆಸಿದ ಪಟ್ಟಣವೂ ಸೈನ್ಯದ ವಶಕ್ಕೆ ಬರುವುದಿಲ್ಲ. ಅದೊಂದು ವ್ಯರ್ಥ ದಾಳಿಯಾಗುತ್ತದೆ.

6. ಒಬ್ಬ ಕೌಶಲ್ಯಪೂರ್ಣ ನಾಯಕನು ಎದುರಾಳಿಯ ತಂಡವನ್ನು ಯಾವುದೇ ಹೋರಾಟವಿಲ್ಲದೇ ವಶಪಡಿಸಿಕೊಳ್ಳುವನು.

ಅವನು ಅವರ ಪಟ್ಟಣಗಳ ಮೇಲೆ ಮುತ್ತಿಗೆ ಹಾಕದೇ ವಶಪಡಿಸಿಕೊಳ್ಳುವನು. ಅವನು ಅಲ್ಲಿನ ಸೈನ್ಯವನ್ನು ರಣರಂಗದ ಯಾವುದೇ ಸುದೀರ್ಘ ಕಾರ್ಯಾಚರಣೆ ಇಲ್ಲದೇ ಸೋಲಿಸುವನು.

7. ಅವನು ಶತ್ರುಸೇನೆಯೊಂದಿಗೆ ಘರ್ಷಣೆಗಿಳಿಯದೇ, ಅಲ್ಲಿನ ಪಂಡಿತರೊಂದಿಗೆ ಚರ್ಚೆಗಿಳಿದು ಅವರನ್ನು ಸೋಲಿಸುತ್ತಾನೆ. ಆ ಮೂಲಕ ಸೇನಾಪತಿಯು ತನ್ನ ಸೈನಿಕರನ್ನು ಕಳೆದುಕೊಳ್ಳದೇ ಸಂಪೂರ್ಣ ರಾಜ್ಯವನ್ನು ವಶಪಡಿಸಿಕೊಳ್ಳುತ್ತಾನೆ. ಇದರಿಂದ ಗೆಲುವು ಸುಲಭವಾಗಿ, ಯಾವುದೇ ವಸ್ತುಗಳ ಹಾನಿಯಾಗದೇ, ರಕ್ತಪಾತವಾಗದೇ ದಕ್ಕುತ್ತದೆ.

8. ಒಂದು ವೇಳೆ ಶತ್ರು ಸೇನೆಯು ಒಬ್ಬನನ್ನು ಸುತ್ತುವರಿಯಲು ನಮ್ಮ ಬಳಿ ಹತ್ತು ಮಂದಿಯಿದ್ದರೆ, ಒಬ್ಬನನ್ನು ದಾಳಿ ಮಾಡಲು ಐದು ಮಂದಿಯಿದ್ದರೆ ಒಗ್ಗಟ್ಟಿನಿಂದ ಮುಂದುವರೆಯಬಹುದು. ಅಕಸ್ಮಾತ್ ಶತ್ರುಸೇನೆಯ ಒಬ್ಬ ವ್ಯಕ್ತಿಯನ್ನು ಸುತ್ತುವರಿಯಲು ನಮ್ಮ ಬಳಿ ಇಬ್ಬರೇ ಇದ್ದಾಗ ಸೇನೆಯನ್ನು ಎರಡು ಭಾಗವಾಗಿ ವಿಂಗಡಿಸುವುದು ಯುದ್ಧದ ನಿಯಮವಾಗಿದೆ.

9. ಒಂದು ವೇಳೆ ಸರಿಸಮನಾಗಿದ್ದರೆ, ನಾವು ಯುದ್ಧಕ್ಕೆ ಆಹ್ವಾನ ನೀಡಬಹುದು. ಸಂಖ್ಯೆಗಳಲ್ಲಿ ಸ್ವಲ್ಪ ಮಟ್ಟಿಗೆ ಕಡಿಮೆಯಾದರೆ, ನಾವು ಎದುರಾಳಿಯನ್ನು ತಡೆಗಟ್ಟಬಹುದು. ಎಲ್ಲಾ ಮಾರ್ಗದಲ್ಲೂ ಸರಿಹೊಂದದಿದ್ದರೆ, ನಾವು ಶತ್ರುವಿನಿಂದ ಪಲಾಯನ ಮಾಡಬಹುದು; ಮಾಡಬೇಕು! ಇದೇ ಯುದ್ಧ ನೀತಿಯ ಚಾಣಾಕ್ಷ ಯೋಜನೆ.

10. ಆದ್ದರಿಂದ, ಒಂದು ಸಣ್ಣ ಸೈನ್ಯ ಎಷ್ಟೇ ಹೋರಾಟ ಮಾಡಿದರೂ ಕೊನೆಯಲ್ಲಿ ಆ ಸೈನ್ಯ ದೊಡ್ಡ ಸೈನ್ಯದ ವಶವಾಗುತ್ತದೆ.

11. ಸೇನಾಪತಿಯೇ ರಾಜ್ಯದ ಗಟ್ಟಿಯಾದ ಕೋಟೆಯಾಗಿರುತ್ತಾನೆ. ಸೇನಾಪತಿಯು ಎಲ್ಲಾ ರೀತಿಯಲ್ಲೂ ಪರಿಪೂರ್ಣನಾಗಿದ್ದರೆ ರಾಜ್ಯವೂ ಸಹ ಶಕ್ತಿಯುತವಾಗಿರುತ್ತದೆ. ಇಲ್ಲವಾದಲ್ಲಿ ರಾಜ್ಯವು ಬಲಹೀನಗೊಳ್ಳುತ್ತದೆ.

12. ಈ ಮೂರು ಮಾರ್ಗಗಳಲ್ಲಿ ಒಬ್ಬ ನಾಯಕನು ತನ್ನ ಸೇನೆಗೆ ದೌರ್ಭಾಗ್ಯವನ್ನು ತರಬಹುದು:

(1) ಯುದ್ಧದಲ್ಲಿ ಮುಂದುವರೆಯಲು ಸಾಧ್ಯವಿಲ್ಲದಂತಹ ಪರಿಸ್ಥಿತಿಯಲ್ಲೂ ಸೇನೆಯನ್ನು ಮುನ್ನಡೆಯುವಂತೆ ಆಜ್ಞಾಪಿಸುವ ಅಥವಾ ಯುದ್ಧದಲ್ಲಿ ಅನಾವಶ್ಯಕವಾಗಿ ಹಿಮ್ಮೆಟ್ಟಲು ಆದೇಶಿಸುವ ಮತ್ತು ಪಾಲಿಸಲು ಸಾಧ್ಯವಾಗದಂತಹ ಆಜ್ಞೆಗಳನ್ನು ತನ್ನ ಸೇನೆಗೆ ನೀಡುವಂತಹ ಸೇನಾಪತಿಯು ಸೈನ್ಯಕ್ಕೆ ಹಾನಿಕರವಾಗಿ ಪರಿಣಮಿಸುತ್ತಾನೆ. ಸೇನೆಯ ದುರ್ಬಳಕೆ ಇದಾಗಿದೆ.

(2) ತನ್ನ ಸೇನೆಯನ್ನು ಸೇನಾಪತಿಯಾಗಲ್ಲದೇ ರಾಜನೆಂಬಂತೆ ಆಳುವವನು ಮತ್ತು ಸೇನೆಯ ಪರಿಸ್ಥಿತಿಗಳ ಕುರಿತು ನಿರ್ಲಕ್ಷ್ಯದಿಂದ ಇರುವವನು ಸೇನಾಪತಿಯಾಗಲು ಅರ್ಹನಲ್ಲ. ಇದರಿಂದ ಸೈನಿಕನಿಗೆ ಉಸಿರುಕಟ್ಟಿಸುವಂತಹ ವಾತಾವರಣ ನಿರ್ಮಾಣವಾಗುತ್ತದೆ.

(3) ಸೇನಾಧಿಕಾರಿಗಳನ್ನು ನೇಮಿಸುವಾಗ ಯೋಗ್ಯತೆಯನ್ನು ಪರಿಗಣಿಸದೇ ಸೈನ್ಯದ ಸಿದ್ಧಾಂತಕ್ಕೆ ವಿರೋಧವಾಗಿ ನಿರ್ಲಕ್ಷ್ಯದಿಂದ ನೇಮಕಾತಿ ಮಾಡಿಕೊಳ್ಳುವುದು. ಇದು ಸೈನಿಕರ ಆತ್ಮವಿಶ್ವಾಸವನ್ನು ಕದಡುವುದು.

13. ಯಾವಾಗ ಸೇನೆಯು ವಿಶ್ರಾಂತಿರಹಿತ ಹಾಗೂ ವಿಶ್ವಾಸ ರಹಿತವಾಗುತ್ತದೋ, ಅನ್ಯ ರಾಜರಿಂದ ಖಂಡಿತವಾಗಿ ತೊಂದರೆ

ಬರುವುದು. ಇದು ಕೇವಲ ಸೈನ್ಯದಲ್ಲಿ ಅರಾಜಕತೆಯನ್ನು ತರುತ್ತದೆ ಮತ್ತು ಗೆಲುವಿನ ಸಾಧ್ಯತೆಯನ್ನು ಮರೀಚಿಕೆಯಂತಾಗಿಸುತ್ತದೆ. ಸೈನ್ಯದಲ್ಲಿ ಅರಾಜಕತೆ ಸೃಷ್ಟಿಯಾದರೆ ಅಥವಾ ಅಂತಹ ಅರಾಜಕತೆಯನ್ನು ತಕ್ಷಣ ಹತ್ತಿಕ್ಕದೇ ಹೋದರೆ ಆ ರಾಜ್ಯಕ್ಕೆ ವಿನಾಶ ತಪ್ಪಿದ್ದಲ್ಲ.

14. ಹಾಗಾಗಿ ಗೆಲುವಿಗೆ ಕಾರಣವಾಗುವ ಐದು ಪ್ರಮುಖ ಅಂಶಗಳೆಂದರೆ:

(1) ಯಾವ ಸಮಯದಲ್ಲಿ ದಾಳಿ ಮಾಡಬೇಕು ಮತ್ತು ಯಾವ ಸಮಯದಲ್ಲಿ ಮಾಡಬಾರದು ಎಂದು ತಿಳಿದವನು ಗೆಲುವನ್ನು ಪಡೆಯುತ್ತಾನೆ.

(2) ಗರಿಷ್ಠ ಮತ್ತು ಕನಿಷ್ಠ ಸೇನೆ; ಎರಡನ್ನೂ ನಿರ್ವಹಿಸುವುದನ್ನು ತಿಳಿದಿರುವವನು ಗೆಲುವಿಗೆ ಅರ್ಹ.

(3) ಯಾವ ಸೇನೆಯು ತನ್ನ ಎಲ್ಲಾ ಶ್ರೇಣಿಯಲ್ಲೂ ಒಂದೇ ರೀತಿಯ ಸಾಮರ್ಥ್ಯ ಹೊಂದಿರುತ್ತದೋ, ಒಂದೇ ಸ್ಫೂರ್ತಿಯಿಂದ ಕೆಲಸ ಮಾಡುತ್ತದೋ ಆ ಸೈನ್ಯ ಸಹಜವಾಗಿಯೇ ಗೆಲುವು ಕೈವಶ ಮಾಡಿಕೊಳ್ಳುವುದು.

(4) ತನ್ನನ್ನು ತಾನು ಸಿದ್ಧಪಡಿಸಿಕೊಂಡು, ಸಿದ್ಧವಿಲ್ಲದ ವೈರಿಗಾಗಿ ನಿರೀಕ್ಷಿಸುವನೋ ಅವನು ಗೆಲುವು ಸಾಧಿಸುತ್ತಾನೆ.

(5) ಸೇನೆಯ ಸಾಮರ್ಥ್ಯ ಮತ್ತು ಸಾರ್ವಭೌಮತ್ವದ ಅಪೇಕ್ಷೆಯಿಲ್ಲದೇ ಮುನ್ನಡೆಯುವರೋ ಅವರು ಗೆಲುವಿನತ್ತ ನಡೆಯುತ್ತಾರೆ.

15. ಯುದ್ಧದಲ್ಲಿ ಎದುರಾಳಿಯ ಸಾಮರ್ಥ್ಯ ಮತ್ತು ತನ್ನ ಸಾಮರ್ಥ್ಯವನ್ನು ನಿಖರವಾಗಿ ತಿಳಿದಿರುವವನು ನೂರು ಯುದ್ಧಗಳನ್ನಾದರೂ ಗೆಲ್ಲುವನು. ತನ್ನ ಸಾಮರ್ಥ್ಯವನ್ನು ಮಾತ್ರ ತಿಳಿದು ಎದುರಾಳಿಯ ಸಾಮರ್ಥ್ಯವನ್ನು ತುಚ್ಛೀಕರಿಸುವವನು ಗೆದ್ದರೂ ಸೋಲುತ್ತಾನೆ. ತನ್ನ ವೈರಿಯ ಸಾಮರ್ಥ್ಯ ಮತ್ತು ತನ್ನ ಸಾಮರ್ಥ್ಯ ಎರಡನ್ನೂ ತಿಳಿಯದವನು ಯುದ್ಧದಲ್ಲಿ ಬಲಿಯಾಗುವುದು ನಿಶ್ಚಿತ. ಮೊದಲು ತನ್ನ ಸಾಮರ್ಥ್ಯದ ಕುರಿತಾಗಿ ವಿಶ್ವಾಸ ಹೊಂದಿರಬೇಕು; ಬಳಿಕ ಅರಿಯ ಸಾಮರ್ಥ್ಯದ ಕುರಿತಾದ ತಿಳುವಳಿಕೆಯನ್ನೂ ಹೊಂದಿರಬೇಕು. ಅವನು ಮಾತ್ರ ವಿಜಯಲಕ್ಷ್ಮಿಯನ್ನು ಒಲಿಸಿಕೊಳ್ಳಬಲ್ಲ.

ಅಧ್ಯಾಯ 4: ಯುದ್ಧತಂತ್ರದ ಮನೋಧರ್ಮ

1. ಸನ್ ತ್ಸು ಪ್ರಕಾರ ಸಮರ್ಥ ಯುದ್ಧ ನೀತಿಗೆ ಹತ್ತು ಹಲವು ಒಳ ಆಯಾಮಗಳಿವೆ. ಹಳೆಯ ಮತ್ತು ಒಳ್ಳೆಯ ಸೈನಿಕರು ಮೊದಲು ಸೋಲಿನ ಸಾಧ್ಯತೆಯನ್ನು ಮೀರಿ ಚಿಂತಿಸುತ್ತಿದ್ದರು. ನಂತರ ವೈರಿಯನ್ನು ಸೋಲಿಸುವ ಅವಕಾಶಕ್ಕಾಗಿ ನಿರೀಕ್ಷಿಸುತ್ತಿದ್ದರು.

2. ಸೋಲಿನ ವಿರುದ್ಧವಾಗಿ ನಮ್ಮನ್ನು ನಾವು ರಕ್ಷಿಸಿಕೊಳ್ಳುವುದು ನಮ್ಮ ಕೈಯಲ್ಲಿದೆ, ಆದರೆ ವೈರಿಯನ್ನು ಸೋಲಿಸುವ ಅವಕಾಶವನ್ನು ಸ್ವತಃ ವೈರಿಯೇ ನೀಡುವನು.

3. ಒಳ್ಳೆಯ ಸೈನಿಕನು ಸೋಲಿನ ವಿರುದ್ಧ ತನ್ನನ್ನು ರಕ್ಷಿಸಿಕೊಳ್ಳಬಲ್ಲ ಸಮರ್ಥನಾಗಿದ್ದರೂ ವೈರಿಯ ಸೋಲಿನ ಕುರಿತಾಗಿ ಖಚಿತವಾದ ನಿರ್ಣಯಗಳನ್ನು ತೆಗೆದುಕೊಳ್ಳಲು ಸಾಧ್ಯವಿಲ್ಲ.

4. ದೈಹಿಕವಾಗಿ ಕೆಲಸ ಮಾಡಲು ಸಮರ್ಥನಲ್ಲದಿದ್ದರೂ ಬುದ್ಧಿವಂತಿಕೆಯಿದ್ದರೆ ಆತ ಜಯಗಳಿಸುವ ಎಲ್ಲಾ ಸಾಧ್ಯತೆಗಳೂ ಇರುತ್ತವೆ.

5. ಸೋಲಿನಿಂದ ಪಾರಾಗಲು ರಕ್ಷಣಾತ್ಮಕ ತಂತ್ರಗಳನ್ನು ಬಳಸಿಕೊಳ್ಳುವುದು. ಶತ್ರುವನ್ನು ಸೋಲಿಸುವ ಸಾಮರ್ಥ್ಯ ಎಂದರೆ ಆಕ್ರಮಣಕಾರಿಯಾಗಿ ವರ್ತಿಸುವುದು ಎಂದೇ ಅರ್ಥ.

6. ರಕ್ಷಣಾತ್ಮಕ ತಂತ್ರಗಳ ಅನುಸರಣೆ ನಮ್ಮ ಶಕ್ತಿಯ ಕೊರತೆಯನ್ನು ಸೂಚಿಸುವುದಾದರೂ ದಾಳಿ ಮಾಡುವುದೂ ಸಹ ಒಂದು ಅತ್ಯುತ್ಕೃಷ್ಟ ಶಕ್ತಿಯಾಗಿ ಪರಿಗಣಿಸಲ್ಪಡುತ್ತದೆ.

7. ಒಬ್ಬ ನಿಪುಣ ಸೇನಾಪತಿಯು ತನ್ನ ರಕ್ಷಣೆಗಾಗಿ ಅತ್ಯಂತ ರಹಸ್ಯವಾದ ಸ್ಥಳವನ್ನು ಹುಡುಕಿಟ್ಟಿರುತ್ತಾನೆ. ಅವನು ಮಿಂಚಿನ

ದಾಳಿಯಲ್ಲೂ ನೈಪುಣ್ಯತೆ ಹೊಂದಿರುತ್ತಾನೆ. ಹಾಗಾಗಿ ಒಂದೆಡೆಯಲ್ಲಿ ರಕ್ಷಣೆಯ ಸಾಮರ್ಥ್ಯವನ್ನೂ, ಮತ್ತೊಂದೆಡೆಯಲ್ಲಿ ಒಂದು ಪರಿಪೂರ್ಣವಾದ ಗೆಲುವನ್ನು ಪಡೆಯಲು ಸಾಧ್ಯವಾಗುತ್ತದೆ.

8. ಸಾಮಾನ್ಯವಾಗಿ ಗೆಲುವಿಗಾಗಿ ಎಲ್ಲರೂ ಅನುಸರಿಸುವ ಮಾರ್ಗಗಳನ್ನು ಅನುಸರಿಸದೇ ಅದರ ಕುರಿತು ಇನ್ನಷ್ಟು ಕ್ರಿಯಾತ್ಮಕವಾಗಿ ಚಿಂತಿಸಬಲ್ಲವನು ಮಾತ್ರ ಗೆಲುವು ಸಾಧಿಸುತ್ತಾನೆ.

9. ನಿಮ್ಮ ಹೋರಾಟದ ಗೆಲುವನ್ನು ಒಂದಿಡೀ ಸಾಮ್ರಾಜ್ಯವೇ ಹೊಗಳಿದರೂ, ಅದೂ ಸಹ ನಿಮಗೆ ಅಹಂಕಾರ ಮೂಡಿಸುವಂತಿರಬಾರದು. ಅಂತಹ ಗೆಲುವನ್ನು ನೀವು ಪರಮ ಶ್ರೇಷ್ಠವಾದ ಗೆಲುವು ಎಂದು ತೀರ್ಮಾನಿಸಬಾರದು.

10. ಒಂದು ಶರತ್ಕಾಲದ ಎಲೆಯನ್ನು ಎತ್ತುವುದು ಒಂದು ಮಹತ್ವದ ಶಕ್ತಿಯಲ್ಲ, ಸೂರ್ಯ ಮತ್ತು ಚಂದ್ರನನ್ನು ನೋಡಿದ ಮಾತ್ರಕ್ಕೆ ನಿಮ್ಮ ದೃಷ್ಟಿ ತೀಕ್ಷ್ಣವಾಗಿದೆ ಎಂದರ್ಥವಲ್ಲ, ಸಿಡಿಲಿನ ಸಪ್ಪಳವನ್ನು ಕೇಳಿಸಿಕೊಂಡಾಕ್ಷಣ ನಿಮ್ಮ ಕಿವಿ ಬಹಳ ಚುರುಕಾಗಿದೆ ಎಂದೂ ಅರ್ಥವಲ್ಲ.

11. ಪ್ರಾಚೀನರ ಪ್ರಕಾರ ಕೇವಲ ಹೋರಾಟ ಮಾಡಿ ಗೆಲುವನ್ನು ಸಾಧಿಸುವವನಿಗಿಂತ, ಸುಲಭವಾಗಿ ನೆಮ್ಮದಿಯ ಗೆಲುವಿನ ಪರಿಣತಿಯನ್ನು ಪಡೆದಿರುವವನು ಬುದ್ಧಿವಂತ ಹೋರಾಟಗಾರ ನೆನಿಸುತ್ತಾನೆ.

12. ಹೋರಾಟ, ರಕ್ತಪಾತದ ಗೆಲುವುಗಳು ವಿವೇಕದ ಖ್ಯಾತಿಯನ್ನಾಗಲಿ, ಧೈರ್ಯದ ಖಾತ್ರಿಯನ್ನಾಗಲಿ ನೀಡುವುದಿಲ್ಲ.

13. ನಿಪುಣ ಹೋರಾಟಗಾರನು ಯಾವುದೇ ತಪ್ಪುಗಳನ್ನು ಮಾಡದೇ ಯುದ್ಧಗಳನ್ನು ಗೆಲ್ಲುತ್ತಾನೆ. ಯಾವುದೇ ತಪ್ಪನ್ನು ಮಾಡದಿರುವುದು ಎಂದರೆ ಗೆಲುವಿನ ಖಚಿತತೆಯನ್ನು ಸ್ಥಾಪಿಸುವುದು ಎಂದರ್ಥ. ಅಂದರೆ ಈಗಾಗಲೇ ಸೋಲಿಸಲ್ಪಟ್ಟ ಶತ್ರುವನ್ನು ವಶಪಡಿಸಿಕೊಳ್ಳುವುದು.

14. ನಿಪುಣ ಹೋರಾಟಗಾರನು ತಾನು ಸೋಲಲಾಗದಂತಹ ಒಂದು ಪರಿಸ್ಥಿತಿಯಲ್ಲಿ ತನ್ನನ್ನು ತಾನು ಇರಿಸಿಕೊಳ್ಳುತ್ತಾನೆ. ಇದರಿಂದ ಗೆಲುವು ಮತ್ತು ಶತ್ರುವನ್ನು ವಶಪಡಿಸಿಕೊಳ್ಳುವ ಸಾಧ್ಯತೆಗಳು ಹೆಚ್ಚಾಗುತ್ತದೆ.

15. ಹೀಗೆ ಯುದ್ಧದಲ್ಲಿ ಜಯಶಾಲಿಯಾದ ಚತುರ ಸೇನಾಪತಿಯು ಯುದ್ಧದ ಗೆಲುವಿನ ನಂತರ ಮತ್ತೊಂದು ಯುದ್ಧಕ್ಕಾಗಿ, ಅದರ ಗೆಲುವಿಗಾಗಿ ಹಪಹಪಿಸುತ್ತಾನೆ. ಆದರೆ ಸೋತ ಸೇನಾಪತಿಯು ಯುದ್ಧಕ್ಕಾಗಿ ಹಪಹಪಿಸದೇ, ಯುದ್ಧ ನಡೆದಲ್ಲಿ ಗೆಲ್ಲುವ ಸಾಧ್ಯತೆಗಳ ಕುರಿತು ಮಾತ್ರ ಚಿಂತಿಸುತ್ತಾನೆ. ಇಲ್ಲಿ ಸೋತ ಅನುಭವದ ಆಧಾರದ ಮೇಲೆ, ತಪ್ಪು ಒಪ್ಪುಗಳನ್ನು ಪರಾಮರ್ಶಿಸಿ ಮುಂದಿನ ಯುದ್ಧಕ್ಕೆ ಸಿದ್ಧತೆ ನಡೆಸುತ್ತಾನೆ.

16. ಯುದ್ಧದಲ್ಲಿ ವಿಜಯಿಯಾದ ನಾಯಕ ಒಂದು ನೈತಿಕತೆಯನ್ನು ಬೆಳೆಸಿಕೊಂಡಿರುತ್ತಾನೆ. ತಾನು ಬೆಳೆಸಿಕೊಂಡ ನೈತಿಕತೆಗೆ ಬದ್ಧನಾಗಿರುತ್ತಾನೆ. ಅವನು ಶಿಸ್ತುಬದ್ಧವಾಗಿಯೂ, ಕಟ್ಟುನಿಟ್ಟಾಗಿಯೂ ಇರುತ್ತಾನೆ. ಗೆಲುವನ್ನು ತನ್ನ ನಿಯಂತ್ರಣದಲ್ಲಿಟ್ಟು ಕೊಂಡು ತನ್ನ ಸೇನಾಧಿಪತ್ಯವನ್ನು ಮುಂದುವರೆಸಿಕೊಂಡು ಹೋಗುತ್ತಾನೆ.

17. ಸೈನ್ಯ ನಿಯಮಗಳ ಪ್ರಕಾರ ಮೊದಲನೆಯದಾಗಿ ತನ್ನ ಸೈನ್ಯದ ಕುರಿತಾದ ಸಮರ್ಪಕ ಅಂದಾಜಿನ ಅಳತೆ ಇರಬೇಕು.

ಎರಡನೆಯದಾಗಿ ಸೈನ್ಯಕ್ಕೆ ಅಗತ್ಯವಿರುವ ಸಾಮಗ್ರಿಗಳ ಪ್ರಮಾಣದ ಕುರಿತಾದ ಅಂದಾಜಿರಬೇಕು. ಮೂರನೆಯದಾಗಿ ಒದಗಿಸಿದ ಸಾಮಗ್ರಿಗಳನ್ನು ಬಳಸುವ ಲೆಕ್ಕಾಚಾರವೂ ತಿಳಿದಿರಬೇಕು. ನಾಲ್ಕನೆಯದಾಗಿ ಶತ್ರು ಸೈನ್ಯದ ವಿರುದ್ಧ ನಮಗೆ ದೊರಕುವ ಅವಕಾಶಗಳ ಕುರಿತಾದ ಸಮತೋಲನದ ಅರಿವಿರಬೇಕು. ಈ ಎಲ್ಲದರ ನಂತರ ಐದನೆಯ ಹಂತವಾಗಿ ಗೆಲುವನ್ನು ದಕ್ಕಿಸಿಕೊಳ್ಳಬೇಕು.

18. ಭೂಮಿಯ ಮೇಲೆ ಅಳತೆ ಎಂಬ ವಿಷಯವು ತನ್ನದೇ ಆದ ಅಸ್ತಿತ್ವವನ್ನು ಹೊಂದಿದೆ. ಅಳತೆಗೆ ಪ್ರಮಾಣದ ಅಂದಾಜು. ಪ್ರಮಾಣದ ಅಂದಾಜಿಗೆ ಲೆಕ್ಕಾಚಾರ. ಲೆಕ್ಕಾಚಾರಕ್ಕೆ ತಕ್ಕಂತೆ ಅವಕಾಶಗಳ ಸಮತೋಲನ ಮತ್ತು ಅವಕಾಶಗಳ ಸಮತೋಲನಕ್ಕೆ ಬದ್ಧವಾದ ಗೆಲುವು ಲಭಿಸುತ್ತದೆ.

19. ಗೆಲ್ಲಬಲ್ಲ ಸೇನೆಯು, ರಣಹೇಡಿ ಸೈನಿಕರನ್ನು ಬಯಸುವುದಿಲ್ಲ. ಹೋಲಿಕೆಯಂತೆ ಹೇಳುವುದಾದರೆ ಒಂದೇ ಒಂದು ಧಾನ್ಯವನ್ನು ತೂಗಲು ತಕ್ಕಡಿಯಲ್ಲಿ ಒಂದು ಪೌಂಡ್ ತೂಕದ ಕಲ್ಲನ್ನು ಹಾಕಿದಂತಾಗುತ್ತದೆ. ಸೇನೆಯಲ್ಲಿ ಒಬ್ಬ ರಣಹೇಡಿಯ ವಿರುದ್ಧವಾಗಿ ಒಂದಿಡೀ ಸೇನೆಯ ಧೀರಯೋಧರು ನಿಲ್ಲಬೇಕಾಗುತ್ತದೆ.

20. ಗೆಲುವು ಸಿದ್ಧಿಸಿಕೊಳ್ಳಲು ಒಂದು ಅಣೆಕಟ್ಟಿನ ನೀರು ಅಣೆಕಟ್ಟನ್ನು ಒಡೆದು, ಸುತ್ತಲಿನ ಪ್ರದೇಶಕ್ಕೆ ನುಗ್ಗಿದಂತೆ ಗೆಲ್ಲಬಲ್ಲ ಸಮರ್ಥ ಕೆಚ್ಚೆದೆಯ ಸೈನಿಕ ಪ್ರವಾಹವಿರಬೇಕು.

ಅಧ್ಯಾಯ 5: ಶಕ್ತಿ

1. ಸನ್ ತ್ಸು ಹೇಳುವಂತೆ ಒಂದು ದೊಡ್ಡ ಗುಂಪನ್ನು ನಿಯಂತ್ರಿಸುವುದಕ್ಕಾಗಲಿ ಮತ್ತು ಕೆಲವೇ ಕೆಲವು ವ್ಯಕ್ತಿಗಳನ್ನು ನಿಯಂತ್ರಿಸುವುದಕ್ಕಾಗಲಿ; ಎರಡಕ್ಕೂ ಒಂದೇ ಸಿದ್ಧಾಂತದ ಅನುಸರಣೆಯಾಗುತ್ತದೆ. ನೀವು ಗುಂಪನ್ನು ಹೇಗೆ ವಿಂಗಡಿಸುತ್ತೀರಿ ಎಂಬುದು ಮಾತ್ರ ಯೋಚಿಸಬೇಕಾದ ವಿಚಾರ.

2. ಅದೇ ರೀತಿಯಲ್ಲಿ ನಿಮ್ಮ ನೇತೃತ್ವದಲ್ಲಿ ಒಂದು ದೊಡ್ಡ ಸೇನೆ ಹೋರಾಟ ನಡೆಸುವುದಕ್ಕೂ, ಒಂದು ಚಿಕ್ಕ ಸೇನಾ ತುಕಡಿ ಹೋರಾಟ ನಡೆಸುವುದಕ್ಕೂ ಯಾವುದೇ ರೀತಿಯಲ್ಲೂ ಭಿನ್ನತೆ ಇರುವುದಿಲ್ಲ. ಇಲ್ಲಿ ನಿಮ್ಮ ಸಂಜ್ಞೆಗಳು, ಸಂಕೇತಗಳು ಮಾತ್ರವೇ ಹೆಚ್ಚಾಗಿ ಕಾರ್ಯ ನಿರ್ವಹಿಸುತ್ತವೆ.

3. ಈ ರೀತಿಯ ಹೋರಾಟ ನಡೆಸಿದಲ್ಲಿ ನಿಮ್ಮ ಇಡೀ ಸೈನ್ಯ ಶತ್ರುವಿನ ದಾಳಿಯನ್ನು ಸಮರ್ಥವಾಗಿ ಎದುರಿಸಲು ಶಕ್ತವಾಗುತ್ತದೆ. ನೀವು ಸೇನೆಯನ್ನು ಹೇಗೆ ನಡೆಸಿಕೊಳ್ಳುತ್ತೀರಿ ಎಂಬ ನಿಮ್ಮ ಸೇನಾಚಾಲನೆಯ ನಿಯಮಗಳ ಪರಿಣಾಮವನ್ನು ಇಲ್ಲಿ ನೇರವಾಗಿ ಮತ್ತು ಪರೋಕ್ಷವಾಗಿ ನೀವೇ ಗಮನಿಸಿಕೊಳ್ಳಬಹುದು.

4. ಒಂದು ಮೊಟ್ಟೆಯ ಮೇಲೆ ರುಬ್ಬುವ ಗುಂಡು ಅಪ್ಪಳಿಸಿದಾಗ ಯಾವ ರೀತಿಯ ಪರಿಣಾಮ ಉಂಟಾಗುವುದೋ ಅದೇ ಪರಿಣಾಮ ನಿಮ್ಮ ಸೇನೆಯ ಮೇಲೂ ಉಂಟಾಗುವುದು. ಇವು ಸೇನಾ ವಿಜ್ಞಾನದ ದುರ್ಬಲ ಮತ್ತು ಪ್ರಬಲ ಅಂಶಗಳ ಆಧಾರದ ಮೇಲೆ ನಿರ್ಧರಿಸಲ್ಪಡುತ್ತದೆ.

5. ನೇರವಾಗಿ ಕದನ ರಂಗಕ್ಕಿಳಿಯುವುದು ಎಲ್ಲಾ ಹೋರಾಟಗಳಲ್ಲಿನ ಪ್ರಮುಖ ಅಂಶವಾದರೂ ಪರೋಕ್ಷವಾದ

ವಿಧಾನಗಳನ್ನು ಅನುಸರಿಸುವುದರಿಂದ ಗೆಲುವಿನ ಸಾಧನೆ ಸುಲಭವಾಗುತ್ತದೆ.

6. ಹೀಗೆ ಪರೋಕ್ಷ ವಿಧಾನಗಳನ್ನು ಅನುಸರಿಸುವುದರಿಂದ ಗೆಲುವಿನ ಪರಿಣಾಮ ಸುದೀರ್ಘವಾಗಿರುತ್ತದೆ. ಅದೊಂದು ರೀತಿಯಲ್ಲಿ ಸ್ವರ್ಗ ಮತ್ತು ಭೂಮಿಯ ಅಪರಿಮಿತತೆಯನ್ನೂ, ನದಿಗಳು ಮತ್ತು ತೊರೆಗಳ ಹರಿವಿನಂತೆ ನಿರಂತರತೆಯನ್ನೂ ಹೊಂದಿರುತ್ತದೆ. ಅದೊಂದು ರೀತಿಯಲ್ಲಿ ಸೂರ್ಯ ಮತ್ತು ಚಂದ್ರರ ಹಾಗೆ. ಸೂರ್ಯ, ಚಂದ್ರರು ಮುಳುಗಬಹುದು, ಆದರೆ ಮಾರನೆಯ ದಿನ ಮತ್ತೆ ಬರುತ್ತಾರೆ. ಅದೊಂದು ರೀತಿ ಪ್ರತಿವರ್ಷವೂ ಮರಳಿ ಮರಳಿ ಬರುವ ಋತುಗಳಂತೆ. ಗೆಲುವಿನ ಪರಿಣಾಮವೂ ಅಷ್ಟೇ ನಿರಂತರವಾಗಿರುತ್ತದೆ.

7. ಏಳಕ್ಕಿಂತ ಹೆಚ್ಚು ಸಂಗೀತ ಸ್ವರಗಳಿರದಿದ್ದರೂ ಆ ಏಳೇ ಸ್ವರಗಳು ವಿವಿಧ ರೀತಿಯ ರಾಗಗಳ ಜನನಕ್ಕೆ ಕಾರಣವಾಗುತ್ತದೆ. ಮಧುರ ರಾಗಾನುಭೂತಿ ನೀಡುತ್ತವೆ.

8. ಐದು ಪ್ರಾಥಮಿಕ ಬಣ್ಣಗಳಿಗಿಂತ ಹೆಚ್ಚು ಬಣ್ಣಗಳಿಲ್ಲ (ನೀಲಿ, ಹಳದಿ, ಕೆಂಪು, ಬಿಳಿ ಮತ್ತು ಕಪ್ಪು), ಆದರೆ ಈ ಐದೇ ಬಣ್ಣಗಳ ಸಂಯೋಗದಿಂದ ಅದ್ಭುತವಾದ ವರ್ಣವಿನ್ಯಾಸಗಳನ್ನು ಸೃಷ್ಟಿಸಬಹುದು.

9. ಐದು ಪ್ರಧಾನ ರುಚಿಗಳಿಗಿಂತ ಹೆಚ್ಚು ರುಚಿಗಳಿಲ್ಲ (ಹುಳಿ, ಕಾರ, ಉಪ್ಪು, ಒಗರು, ಸಿಹಿ ಮತ್ತು ಕಹಿ), ಇವುಗಳ ಸಂಯೋಜನೆಯಿಂದ ಅಪೂರ್ವವಾದ ರುಚಿಯ ಆಹಾರಗಳನ್ನು ಮಾಡಬಹುದಾಗಿದೆ.

10. ಅದೇ ರೀತಿಯಾಗಿ ಯುದ್ಧದಲ್ಲಿ ಎರಡು ವಿಧಾನಗಳಿಗಿಂತ

ಹೆಚ್ಚು ವಿಧಾನಗಳಿಲ್ಲ: ಅವುಗಳೆಂದರೆ ನೇರ ಮತ್ತು ಪರೋಕ್ಷವಾದ ದಾಳಿ. ಇವೆರಡರ ಸಂಯೋಗವು ಅಂತ್ಯವಿಲ್ಲದ ಕುಶಲತೆಯ ಸರಣಿ ಜಯಗಳನ್ನು ಪಡೆಯಬಹುದಾಗಿದೆ.

11. ಯುದ್ಧದಲ್ಲಿ ಪ್ರತಿಯೊಬ್ಬರೂ ನೇರ ಮತ್ತು ಪರೋಕ್ಷ ದಾಳಿ ನಡೆಸುತ್ತಾರೆ. ಇದೊಂದು ರೀತಿ ಯುದ್ಧದ ಜೀವನಚಕ್ರ ಎಂದೇ ಹೇಳಬಹುದು. ನಿಮಗೆಂದೂ ಇದರ ಕೊನೆ ದೊರಕದು. ನೇರ ಮತ್ತು ಪರೋಕ್ಷ ನಡೆಗಳಿಂದ ಹುಟ್ಟುವ ಸಾಧ್ಯತೆಗಳ ಸಂಖ್ಯೆ ಮಾತ್ರ ನಿಯಂತ್ರಿಸಲಾರದಷ್ಟಿರುತ್ತದೆ.

12. ಈ ಆಕ್ರಮಣಕಾರಿ ಸೈನಿಕರ ದಾಳಿಯು ಒಂದು ರೀತಿಯ ಪ್ರಬಲ ಪ್ರವಾಹವಿದ್ದಂತೆ. ಪ್ರವಾಹವು ಹೇಗೆ ತನ್ನೊಂದಿಗೆ ಸಣ್ಣ ಕಲ್ಲುಗಳನ್ನೂ ಸೆಳೆದುಕೊಂಡು ಹೋಗುತ್ತದೆಯೋ ಅದೇ ರೀತಿಯಾಗಿ ಸೈನಿಕರ ದಾಳಿಯೂ ಸಣ್ಣ ಪುಟ್ಟ ಹಾನಿಯನ್ನು ಉಂಟುಮಾಡುತ್ತದೆ.

13. ದಾಳಿಯ ಸಮಯದ ನಿರ್ಧಾರ ಹೇಗಿರಬೇಕೆಂದರೆ ಗಿಡುಗ ತನ್ನ ಬೇಟೆಯ ಮೇಲೆ ಹೇಗೆ ಅನಿರೀಕ್ಷಿತ ದಾಳಿ ನಡೆಸಿ ತನ್ನ ಬಲಿಯನ್ನು ಯಶಸ್ವಿಯಾಗಿ ಆಹುತಿ ತೆಗೆದುಕೊಳ್ಳುತ್ತದೆಯೋ ಹಾಗಿರಬೇಕು.

14. ಅದೇ ರೀತಿಯಲ್ಲಿ ಉತ್ತಮ ಹೋರಾಟಗಾರನು ತನ್ನ ಆಕ್ರಮಣದಲ್ಲಿ ಭಯಂಕರನಾಗಿರುತ್ತಾನೆ ಮತ್ತು ತನ್ನ ನಿರ್ಣಯದಲ್ಲಿ ದೃಢವಾಗಿರುತ್ತಾನೆ.

15. ಶಕ್ತಿಯನ್ನು ಬಾಗಿದ ಬಿಲ್ಲಿಗೆ ಹೋಲಿಸಿದರೆ, ಶಕ್ತಿಯ ಬಳಕೆಯ ನಿರ್ಧಾರವನ್ನು ಬಾಣವನ್ನು ಬಿಲ್ಲಿಗೆ ಹೂಡುವ, ಬಿಡುವ ಸಂದರ್ಭಕ್ಕೆ ಹೋಲಿಸಬಹುದು.

16. ಗದ್ದಲ ಮತ್ತು ಗೊಂದಲಮಯವಾದ ವಾತಾವರಣ ಸೇನೆಯಲ್ಲಿ ನಿರ್ಮಾಣವಾದರೆ ವ್ಯವಸ್ಥೆ ಅಥವಾ ಅವ್ಯವಸ್ಥೆಯ ಪರಿಸ್ಥಿತಿ ಉಂಟಾಗಬಹುದು. ಈ ರೀತಿಯ ಪರಿಸ್ಥಿತಿಯಿಂದ ಗೆಲುವಿನ ಸಾಧ್ಯತೆಗಳ ಬಗ್ಗೆ ನಿಖರವಾಗಿ ಹೇಳಲು ಅಸಾಧ್ಯ. ಏಕೆಂದರೆ ಗೊಂದಲ ಮತ್ತು ಅವ್ಯವಸ್ಥೆಯ ನಡುವೆ ನಿಮ್ಮಿಂದ ಸಮರ್ಪಕವಾದ ನಿರ್ಣಯ ತೆಗೆದುಕೊಳ್ಳಲಾಗುವುದಿಲ್ಲ. ಹೀಗಾಗಿ ನೀವು ಸೋಲಿನ ರುಚಿ ಕಾಣಲು ಸಿದ್ಧರಿರಬೇಕಾದಂತಹ ಪರಿಸ್ಥಿತಿ ನಿರ್ಮಾಣವಾಗುತ್ತದೆ.

17. ಕೃತಕವಾದ ಅವ್ಯವಸ್ಥೆಯು ಪರಿಪೂರ್ಣವಾದ ಶಿಸ್ತಿನತ್ತ ನಿಮ್ಮನ್ನು ಮುನ್ನಡೆಸುತ್ತದೆ, ಕೃತಕವಾದ ಹೆದರಿಕೆಯು ನಿಮಗೊಂದು ರೀತಿಯ ಭಂಡ ಧೈರ್ಯವನ್ನು ನೀಡುತ್ತದೆ. ಕೃತಕವಾದ ಬಲಹೀನತೆಯು ನಿಮ್ಮ ಶಕ್ತಿಯನ್ನು ಒಗ್ಗೂಡಿಸುತ್ತದೆ..

18. ಹೆದರಿಕೆಯಿಂದ ಅವ್ಯವಸ್ಥೆಯನ್ನು ವ್ಯವಸ್ಥೆಯ ಅಡಿಯಲ್ಲಿ ಬಚ್ಚಿಡುವುದೂ ಸಹ ಒಂದು ರೀತಿಯ ವ್ಯವಸ್ಥೆಯೇ. ಅದೊಂದು ರೀತಿ ಸೇನೆಯ ಉಪವಿಭಾಗ ಎನ್ನಬಹುದು. ಅದೇ ರೀತಿಯಲ್ಲಿ ನಿಮ್ಮ ಧೈರ್ಯವನ್ನು ಹೆದರಿಕೆಯಡಿಯಲ್ಲಿ ಮುಚ್ಚಿಡುವುದು ನಿಮ್ಮ ಸುಪ್ತ ಶಕ್ತಿಯ ನಿಧಿಯನ್ನು ಪ್ರಚೋದಿಸಬಹುದಾದ ಶೈಲಿಯಾಗಿದೆ.

19. ತನ್ನ ಮೋಸದ ಸಂಚಿನಿಂದ ಎದುರಾಳಿಯ ನಡೆಯನ್ನು ನಿಯಂತ್ರಿಸುವ ಸಾಮರ್ಥ್ಯ ಹೊಂದಿರುವವನು ನಿಪುಣ ಸೇನಾಧಿಕಾರಿಯಾಗಿರುತ್ತಾನೆ. ಶತ್ರುವಿನ ನಡೆಯ ಆಧಾರದ ಮೇಲೆ ಸೇನಾಧಿಕಾರಿಯ ಮುಂದಿನ ನಡೆ ನಿರ್ಧಾರವಾಗುತ್ತದೆ. ಅಕಸ್ಮಾತ್ ಇಬ್ಬರಲ್ಲಿ ಒಬ್ಬರು ಯಾವುದಾದರೂ ತ್ಯಾಗ ಮಾಡಿದರೆ ಅದರ

ಪ್ರಯೋಜನವನ್ನು ಎದುರಾಳಿಯು ಪಡೆದುಕೊಳ್ಳುತ್ತಾನೆ.

20. ತನ್ನ ಸಂಚುಗಳನ್ನು ತನ್ನ ವೈರಿಯೆಂಬ ಮೀನಿಗೆ ಗಾಳವಾಗಿ ಹಾಕಿರುತ್ತಾನೆ. ವೈರಿಯನ್ನು ತನ್ನ ನಿಯಂತ್ರಣದಲ್ಲೇ ಇಟ್ಟುಕೊಂಡಿರುತ್ತಾನೆ.

21. ಬುದ್ಧಿವಂತ ಹೋರಾಟಗಾರನು ಸಂಯೋಜಿತ ಶಕ್ತಿಯ ಪರಿಣಾಮವನ್ನು ಎದುರು ನೋಡುತ್ತಾನೆ. ಇದಕ್ಕೆ ಸಣ್ಣಸಣ್ಣ ತುಕಡಿಗಳ ಅಗತ್ಯವಿರುವುದಿಲ್ಲ. ಸರಿಯಾದ ಸಮರ್ಥ ವ್ಯಕ್ತಿಗಳ ಆಯ್ಕೆಯಿಂದ ಒಗ್ಗಟ್ಟಿನಿಂದ ದಾಳಿ ನಡೆಸಬಹುದಾಗಿರುತ್ತದೆ.

22. ಯಾವುದೇ ವಸ್ತುಗಳಿರಲಿ ಒಗ್ಗೂಡಿದ್ದರೆ, ಅದೊಂದು ಶಕ್ತಿಯಾಗುತ್ತದೆ. ಉದಾಹರಣೆಗೆ ಕಲ್ಲು – ಇದಕ್ಕೆ ನಾಲ್ಕು ಮೂಲೆಗಳಿದ್ದರೆ ಅದು ಸ್ಥಾಯೀ ಭಾವದಲ್ಲಿರುತ್ತದೆ. ಆದರೆ ಗುಂಡಾಗಿ ಉರುಟು ರೂಪದಲ್ಲಿ ಅಥವಾ ವೃತ್ತಾಕಾರವಾಗಿದ್ದರೆ ಉರುಳಿಕೊಂಡು ಹೋಗುತ್ತದೆ. ಅದೇ ರೀತಿ ಒಂದಿಷ್ಟು ಸಮರ್ಥ ಸೈನಿಕರು ಒಂದೆಡೆ ಸೇರಿದರೆ ಅವರೊಂದು ರೀತಿಯ ಪ್ರವಾಹದಂತೆ ಪ್ರವರ್ತಿಸುತ್ತಾರೆ.

23. ಆದ್ದರಿಂದ ಸಮರ್ಥ, ಸಶಕ್ತ ವ್ಯಕ್ತಿಗಳ ಗುಂಪೊಂದು ಸಾವಿರಾರು ಅಡಿ ಎತ್ತರದ ಶಿಖರದಿಂದ ಕೆಳಕ್ಕೆ ಉರುಳುವ ಕಲ್ಲಿಗಿರುವಂಥ ಭ[illegible] [illegible] ೊಂದಿರುತ್ತಾರೆ.

ಅಧ್ಯಾಯ 6: ಬಲಹೀನ ಮತ್ತು ಬಲಶಾಲಿ ಅಂಶಗಳು

1. ಸನ್ ತ್ಸು ಅವರ ಅಭಿಮತದಂತೆ ಯಾರು ಮೊದಲು ಯುದ್ಧಭೂಮಿಗೆ ಬಂದು, ಶತ್ರುಗಳ ಬರುವಿಕೆಗಾಗಿ ನಿರೀಕ್ಷಿಸುವನೋ, ಅವನು ಹೋರಾಟಕ್ಕೆ ಸಂಪೂರ್ಣ ಸಿದ್ಧನಾಗಿರುತ್ತಾನೆ. ಆದರೆ ನಂತರ ತಡವಾಗಿ ಯುದ್ಧರಂಗಕ್ಕೆ ಬರುವವರು ಬರುವಾಗಲೇ ಒಂದು ರೀತಿಯ ಒತ್ತಡದಲ್ಲಿಯೂ, ಅವಸರದಲ್ಲಿಯೂ ಬರುತ್ತಾರೆ.

2. ಆದ್ದರಿಂದ ಬುದ್ಧಿವಂತ ಹೋರಾಟಗಾರನು ತನ್ನ ಶಕ್ತಿಯನ್ನು, ಯೋಜನೆಯನ್ನು ವೈರಿಯ ಮೇಲೆ ಹೇರುವನಲ್ಲದೇ, ವೈರಿಗೆ ತನ್ನ ಮೇಲೆ ಒತ್ತಡ ಹೇರುವ ಯಾವ ಅವಕಾಶಕ್ಕೂ ಆಸ್ಪದ ಕೊಡಲಾರ.

3. ಚತುರ ಸೈನಿಕ ವೈರಿಯ ಅವಕಾಶಗಳನ್ನು ಕಸಿದುಕೊಂಡು, ವೈರಿಯು ತನ್ನ ಸ್ವಂತ ಇಚ್ಛೆಯಿಂದಲೇ ಯುದ್ಧಕ್ಕೆ ಬರುವಂತೆ ಮಾಡುತ್ತಾನೆ. ಅಥವಾ ಅವನಿಗೆ ಹಾನಿಯನ್ನುಂಟು ಮಾಡುವ ಮೂಲಕ ಅವನನ್ನು ಕೆರಳಿಸಿ ತನಗೆ ಬೇಕಾದ್ದನ್ನು ಸಾಧಿಸಿಕೊಳ್ಳುತ್ತಾನೆ.

4. ವೈರಿಯು ನೆಮ್ಮದಿಯಾಗಿದ್ದರೆ ಅಥವಾ ವಿಶ್ರಾಂತಿಯಲ್ಲಿದ್ದರೆ, ಕಿರುಕುಳ ನೀಡಬಹುದು, ಆತನ ಆಹಾರ ಸರಬರಾಜು ನಿಲ್ಲುವಂತೆ ಮಾಡಿ ಹಸಿವಿನಿಂದ ಬಳಲುವಂತೆ ಮಾಡಬಹುದು. ಆತ ಕಟ್ಟಿದ ಸೇನಾ ಶಿಬಿರಗಳನ್ನು ತೊರೆದುಹೋಗುವಷ್ಟು ಕಿರುಕುಳವನ್ನೂ ನೀಡಬಹುದು.

5. ನೀವು ಕಾಣಿಸಿಕೊಳ್ಳಲೇಬೇಕಾದ ಸ್ಥಳದಲ್ಲಿ ಮಾತ್ರ ಶತ್ರುವಿಗೆ ಅನಿರೀಕ್ಷಿತವಾಗಿ, ದಿಢೀರೆಂದು ಕಾಣಿಸಿಕೊಳ್ಳಿ. ಆಗ ಎದುರಾಳಿ

ಗೊಂದಲಕ್ಕೊಳಗಾಗುತ್ತಾನೆ. ಗಡಿಬಿಡಿಗೊಳ್ಳುವ ಶತ್ರುವನ್ನು ಮಣಿಸುವುದು ಸುಲಭ.

6. ಶತ್ರುವೇ ಇರದ ಸ್ಥಳಗಳಲ್ಲಿ, ದೇಶಗಳಲ್ಲಿ ಸೈನ್ಯವು ಬಹಳ ನೆಮ್ಮದಿಯಾಗಿ, ಯಾವುದೇ ತೊಂದರೆ ಇಲ್ಲದೇ ಮುಂದೆ ಸಾಗುತ್ತದೆ. ದಿಗ್ವಿಜಯಕ್ಕೆ ಹೊರಡುವವರ ಮೊತ್ತ ಮೊದಲ ನೀಲನಕ್ಷೆಯೇ ಶತ್ರುಗಳಿರದ ದೇಶ ಹುಡುಕಿ ತನ್ಮೂಲಕ ಸಾಗುವುದು.

7. ತಮ್ಮನ್ನು ತಾವು ರಕ್ಷಿಸಿಕೊಳ್ಳುವ ಸಾಮರ್ಥ್ಯ ಹೊಂದಿಲ್ಲದ, ನೀವು ಈವರೆಗೂ ಗೆದ್ದಿಲ್ಲದ ದೇಶಗಳು ನಿಮಗೆ ಸುಲಭವಾಗಿ ಸೋತು ಹೋಗುತ್ತದೆ. ಆದರೆ ಆ ದೇಶಗಳ ಮೇಲೆ ದಾಳಿ ನಡೆಸುವಾಗ ನಿಮ್ಮ ಮೇಲೆ ಅವರು ದಾಳಿ ನಡೆಸಲಾಗದ ಸುರಕ್ಷಿತವಾದ ಪ್ರದೇಶಗಳನ್ನು, ಆಯಕಟ್ಟಿನ ಜಾಗಗಳನ್ನು ಆಯ್ದುಕೊಳ್ಳಿ.

8. ಒಬ್ಬ ದಾಳಿಯಲ್ಲಿ ನಿಪುಣನಾದ ಸೇನಾಪತಿಯು ದಾಳಿ ನಡೆಸುವಾಗ ಎದುರಾಳಿಯು ಯಾವುದನ್ನು ರಕ್ಷಿಸಿಕೊಳ್ಳಬೇಕು ಎಂದು ತಿಳಿಯಲಾರದಂತೆ ಯೋಜನೆ ಹೆಣೆಯುತ್ತಾನೆ. ಅದೇ ರೀತಿಯಲ್ಲಿ ಸುರಕ್ಷತೆಯಲ್ಲಿ ಕೌಶಲ್ಯ ಹೊಂದಿರುವವನು ಎದುರಾಳಿ ಯಾವುದರ ಮೇಲೆ ಆಕ್ರಮಣ ಮಾಡಬೇಕೆಂದು ತಿಳಿಯಲಾರದಂತಹ ಸಂದರ್ಭ ಸೃಷ್ಟಿಸುತ್ತಾನೆ.

9. ಈ ದಿವ್ಯವಾದ ಯುದ್ಧಕಲೆಯು ಸೂಕ್ಷ್ಮತೆ ಮತ್ತು ಗೌಪ್ಯತೆ ಎಂಬ ಆಧಾರಸ್ಥಂಬಗಳ ಮೇಲೆ ನಿಂತಿದೆ. ಈ ಕಲೆಯಲ್ಲಿ ನೀವು ಅದೃಶ್ಯರಾಗಿರುವುದನ್ನೂ, ಸಣ್ಣ ಸಪ್ಪಳವೂ ಕೇಳದಷ್ಟು ಸೂಕ್ಷ್ಮವಾಗಿರುವುದನ್ನೂ ಕಲಿಯುತ್ತೇವೆ. ಹೀಗಾಗಿ ವೈರಿಗಳ ಅದೃಷ್ಟವನ್ನು ನಾವು ನಮ್ಮ ಕೈವಶ ಮಾಡಿಕೊಳ್ಳಬಹುದು.

10. ವೈರಿಯ ಬಲಹೀನತೆಗಳನ್ನು ನೀವು ಸರಿಯಾಗಿ ಗುರುತಿಸಿದಾಗ ನೀವು ಮುನ್ನಡೆ ಸಾಧಿಸಬಹುದು ಮತ್ತು ನಿಮ್ಮನ್ನು ಯಾರಿಗೂ ತಡೆಯಲಾಗದಂತಹ, ಹಿಮ್ಮೆಟ್ಟಿಸಲಾಗದಂತಹ ಸ್ಥಿತಿಯನ್ನು ಉಂಟುಮಾಡಿಕೊಳ್ಳಬಹುದು. ನಿಮ್ಮ ಚಲನ ವಲನಗಳು, ಯೋಜನೆಗಳು ವೈರಿಯ ಚಲನವಲನಗಳಿಗಿಂತ ಚುರುಕಾಗಿದ್ದರೆ ನೀವು ಹೆಚ್ಚು ವಿಶ್ರಾಂತ ಸ್ಥಿತಿಯಲ್ಲಿರಬಹುದು.

11. ನೀವು ಹೋರಾಡಲು ಬಯಸಿದರೆ ಶತ್ರುವು ಅದೆಷ್ಟೇ ಸುರಕ್ಷಿತವಾದ ರಹಸ್ಯ ಜಾಗದಲ್ಲಿದ್ದರೂ ಅವನನ್ನು ರಣರಂಗಕ್ಕೆ ಬರುವಂತೆ ಒತ್ತಾಯಿಸಬಹುದು. ದಾಳಿಯ ವೇಳೆಯಲ್ಲಿ ಅವನು ಸುರಕ್ಷಿತವಾಗಿ ತಪ್ಪಿಸಿಕೊಳ್ಳಬಹುದಾದ ಸ್ಥಳಗಳಲ್ಲೆಲ್ಲಾ ಅವನಿಗಿಂತ ಮುಂಚೆ ಹಾಜರಿದ್ದು ಅವನು ತಪ್ಪಿಸಿಕೊಳ್ಳುವುದನ್ನು ತಡೆಯುವಂತೆ ಮಾಡಬೇಕು.

12. ಒಂದು ವೇಳೆ ನೀವು ಹೋರಾಡಲು ಇಚ್ಛಿಸದಿದ್ದರೆ, ವೈರಿಗಳು ನಿಮ್ಮ ಶಿಬಿರಗಳನ್ನು ಪತ್ತೆಹಚ್ಚಿದರೂ ಸಹ ಅವರೊಂದಿಗಿನ ಹೋರಾಟವನ್ನು ತಡೆಗಟ್ಟಬಹುದಾದ ವ್ಯವಸ್ಥೆ ಮಾಡಿಕೊಳ್ಳಿ. ಶಿಬಿರದ ಹಾದಿಯಲ್ಲಿ ಶತ್ರುವು ಮುನ್ನುಗ್ಗಲಾಗದಂತೆ ವಿಚಿತ್ರ ವಸ್ತುಗಳನ್ನು ದೊಡ್ಡ ಪ್ರಮಾಣದದಲ್ಲಿ ಎಸೆದು ಶತ್ರುವಿನ ಆಗಮನವನ್ನು ತಡೆಯಬೇಕು.

13. ಶತ್ರುಗಳ ನೀತಿ ಇತ್ಯರ್ಥವಾಗುವವರೆಗೂ ಅಂದರೆ ಅವರ ನೀತಿಗಳನ್ನು ಸಮರ್ಪಕವಾಗಿ ಅರಿಯುವವರೆಗೂ, ಅವರ ತಂತ್ರಕ್ಕೆ ಪ್ರತಿತಂತ್ರ ಹೆಣೆಯುವವರೆಗೂ ಅಗೋಚರವಾಗಿಯೇ ಉಳಿದುಕೊಳ್ಳಬೇಕು. ಸೈನ್ಯವು ವಿರೋಧಿ ಪಾಳೆಯದ ನಡೆಗಳನ್ನು ಏಕಾಗ್ರತೆಯಿಂದ ಗಮನಿಸುತ್ತಿರಬೇಕು. ಶತ್ರುಗಳನ್ನು ನಮಗೆ ಬೇಕಾದಂತೆ ವಿಂಗಡಿಸಿ, ಅವರ ಶಕ್ತಿಯನ್ನು ಒಡೆಯಬೇಕು.

14. ಶತ್ರುಗಳು ಗುಂಪು ವಿಂಗಡಣೆಯಾದರೆ ನಿಮ್ಮ ಅಷ್ಟೂ ಸೈನ್ಯವನ್ನು ಸೇರಿಸಿಕೊಂಡು ಒಗ್ಗಟ್ಟಾಗಿಬಿಡಿ. ಆಗ ಅಲ್ಲಿ ವಿಂಗಡಣೆ ಹೊಂದಿರುವ ಏಕತೆಯ ವಿರುದ್ಧವಾಗಿ ಏಕತೆಯ ಬಿಡಿ-ಬಿಡಿ ಭಾಗಗಳಿರುತ್ತವೆ. ಅದರ ಅರ್ಥ ಕೆಲವು ಶತೃಗಳಿಗೆ ಅನೇಕರಾಗಿ ಹೋರಾಡಬಹುದಾದ ಸಾಧ್ಯತೆ ಇರುತ್ತದೆ.

15. ಒಂದು ವೇಳೆ ಕಡಿಮೆ ಬಲವುಳ್ಳ ಸೇನೆಯ ಮೇಲೆ ಶಕ್ತಿಶಾಲಿಯಾದ ಸೇನೆಯೊಂದಿಗೆ ದಾಳಿ ಮಾಡುವಾಗ, ಬಲಹೀನ ಸೇನೆ ಅತ್ಯಂತ ಹತಾಶ ಸ್ಥಿತಿಯಲ್ಲಿರುತ್ತದೆ.

16. ಹೋರಾಡಲು ಗುರುತಿಸಿರುವ ಸ್ಥಳವನ್ನು ಯಾವುದೇ ಕಾರಣಕ್ಕೂ ಬಹಿರಂಗಪಡಿಸಬಾರದು. ಆಗ ವೈರಿಯು ದಾಳಿಯ ಸಾಧ್ಯತೆ ಇರುವ ಅನೇಕ ಪ್ರದೇಶಗಳನ್ನು ಗುರುತಿಸಬೇಕಾಗುತ್ತದೆ. ಅವನ ಸೈನ್ಯವೂ ಭಾಗಗಳಾಗಿ ಹೋಗುತ್ತವೆ. ಆದರೆ ನಿಜವಾಗಿಯೂ ದಾಳಿ ನಡೆಸುವ ಸ್ಥಳದಲ್ಲಿ ಅವನ ಸೇನಾಪಡೆಯು ಕಡಿಮೆ ಸಂಖ್ಯೆಯಲ್ಲಿರುತ್ತದೆ.

17. ವೈರಿಯು ತನ್ನ ಸೈನ್ಯದ ಮುಂಭಾಗದ ರಕ್ಷಣೆಗೆ ಹೆಚ್ಚಿನ ಗಮನ ಹರಿಸಿದಾಗ ಸ್ವಾಭಾವಿಕವಾಗಿಯೇ ಆತನ ಹಿಂಭಾಗದ ಸೈನ್ಯ ಬಲಹೀನವಾಗುತ್ತದೆ. ಅದೇ ರೀತಿಯಲ್ಲಿ ಹಿಂಭಾಗದ ಸೈನ್ಯದೆಡೆಗೆ ಹೆಚ್ಚಿನ ಗಮನ ಹರಿಸಿದಾಗ ಮುಂಭಾಗದ ಸೈನ್ಯ ಬಲಹೀನವಾಗುತ್ತದೆ. ತನ್ನ ಎಡಭಾಗವನ್ನು ಬಲಪಡಿಸಿಕೊಂಡರೆ, ಬಲಭಾಗದ ಸೈನ್ಯ ಬಲಹೀನವಾಗುತ್ತದೆ. ಬಲಭಾಗದ ಸೈನ್ಯ ಬಲಪಡಿಸಿಕೊಂಡರೆ ಎಡಭಾಗದ ಸೈನ್ಯ ಬಲಹೀನವಾಗುತ್ತದೆ. ಆದರೆ ಎಲ್ಲಾ ಭಾಗಗಳಲ್ಲೂ ಸಮವಾಗಿ ಸೈನ್ಯವನ್ನು ವಿಂಗಡಿಸಿದರೆ, ಆತ ಎಲ್ಲಾ ಭಾಗದಲ್ಲೂ ಬಲಹೀನನಾಗುತ್ತಾನೆ.

18. ಸಂಭವನೀಯ ದಾಳಿಗಳ ವಿರುದ್ಧವಾಗಿ ಸಿದ್ಧರಾಗ ತೊಡಗಿದಾಗ ಸಂಖ್ಯಾತ್ಮಕ ದೌರ್ಬಲ್ಯ ಕಾಡಬಹುದು. ಅದೇ ರೀತಿಯಲ್ಲಿ ಸಂಖ್ಯಾತ್ಮಕವಾಗಿ ಸೈನ್ಯವನ್ನು ಬಲಪಡಿಸಲು ಹೋದರೆ ಎದುರಾಳಿಗಳಿಗೆ ಯುದ್ಧದ ಸಿದ್ಧತೆಯ ಸುಳಿವು ನೀಡುತ್ತದೆ.

19. ಮುಂಬರುವ ಯುದ್ಧದ ಸ್ಥಳ ಹಾಗೂ ಸಮಯವನ್ನು ಮುಂಚಿತವಾಗಿಯೇ ತಿಳಿಯುವುದರಿಂದ, ಯುದ್ಧದಲ್ಲಿ ಅನುಸರಿಸಬೇಕಾದ ನೀತಿಗಳ ಕುರಿತಾಗಿ ನಾವು ಮೊದಲೇ ಚಿಂತಿಸಿ, ಯೋಜನೆ ಸಿದ್ಧವಾಗಿಟ್ಟುಕೊಳ್ಳಬಹುದು.

20. ಒಂದು ವೇಳೆ ಯುದ್ಧದ ಸ್ಥಳ ಅಥವಾ ಸಮಯವನ್ನು ತಿಳಿಯದಿದ್ದರೆ, ಸೈನ್ಯದ ಎಲ್ಲಾ ಭಾಗಗಳೂ ಒಂದಕ್ಕೊಂದು ಪೂರಕವಾಗಿ ಸಹಾಯಕವಾಗಬೇಕಾಗುತ್ತದೆ. ತುಕಡಿಗಳ ಮಧ್ಯದ ಅಂತರ ಎಷ್ಟೇ ಇದ್ದರೂ ಸೈನ್ಯದ ಎಲ್ಲಾ ಭಾಗಗಳು ಒಂದಕ್ಕೊಂದು ಸಹಕಾರ ನೀಡುವುದು ಅನಿವಾರ್ಯವಾಗುತ್ತದೆ.

21. ವಿರೋಧಿ ಪಾಳೆಯದ ಯೋಧರು ಹೆಚ್ಚಿನ ಸಂಖ್ಯೆ ಯಲ್ಲಿರುವುದು ಅವರಿಗೆ ಅನುಕೂಲಕರ ಸಂಗತಿಯೇ ಆದರೂ ಗೆಲುವಿಗೂ ಅದಕ್ಕೂ ಸಂಬಂಧವಿಲ್ಲ. ಗೆಲುವು ಸಾಧಿಸಲು ನಿಖರ ವಾದ ಯೋಜನೆ ಹೂಡಿದರೆ ಗೆಲುವು ಸುಲಭವಾಗಿ ದಕ್ಕುತ್ತದೆ.

22. ಶತ್ರುಗಳು ಸಂಖ್ಯೆಯಲ್ಲಿ ಬಲವಾದರೂ, ನಾವು ಅವರನ್ನು ಹೋರಾಟದಿಂದ ತಡೆಯಬಹುದು. ಯೋಜನೆ ಏನೆಂದರೆ, ಅವರ ಯಶಸ್ಸಿನ ಸಾಧ್ಯತೆ ಮತ್ತು ಅವರ ಯೋಜನೆಗಳನ್ನು ಅರ್ಥ ಮಾಡಿಕೊಂಡು ನಮ್ಮ ಯೋಜನೆ ಹೂಡಬೇಕು.

23. ಶತ್ರುಗಳ ಮೇಲೆ ಒತ್ತಡ ಹೇರುವುದರ ಮೂಲಕ ಅವನೊಳಗಿನ ಯುದ್ಧದ ಕಿಚ್ಚನ್ನು ಬಡಿದೆಬ್ಬಿಸಬೇಕು. ಅವನ ಮುಖಾಂತರವೇ ಅವನ ಯೋಜನೆಗಳನ್ನು ಬಯಲುಗೊಳಿಸಬೇಕು.

ಶತ್ರುವಿನ ಮೇಲೆ ನಮ್ಮ ಒತ್ತಡ ಹೆಚ್ಚಾದಾಗ ಅವನ ಬಲಹೀನತೆಯ ಅಂಶವನ್ನು ನಾವು ಗಮನಿಸಿಕೊಳ್ಳಬಹುದು.

24. ಎದುರಾಳಿಯ ಸೇನೆ ಮತ್ತು ನಮ್ಮ ಸೇನೆಯನ್ನು ಎಚ್ಚರಿಕೆಯಿಂದ ಹೋಲಿಕೆ ಮಾಡಿ. ಅದರಿಂದ ಎಲ್ಲಿ ಸೇನೆಯು ಪ್ರಬಲವಾಗಿದೆ ಮತ್ತು ಎಲ್ಲಿ ದುರ್ಬಲವಾಗಿದೆ ಎಂಬುದನ್ನು ತಿಳಿಯಬಹುದು.

25. ಯುದ್ಧತಂತ್ರಗಳನ್ನು ರಹಸ್ಯವಾಗಿಟ್ಟುಕೊಳ್ಳುವುದು ಅತ್ಯಂತ ಪ್ರಮುಖವಾದ ಅಂಶ. ನಿಮ್ಮ ಮನೋಧರ್ಮಗಳನ್ನು ರಹಸ್ಯವಾಗಿಡಿ. ನಂತರ ನೀವು ಗೂಢಾಚಾರಿಯಿಂದ ಪಡೆದ ಮಾಹಿತಿ ಮತ್ತು ವಿವೇಚನಾ ಶಕ್ತಿಯನ್ನು ಬಳಸಿಕೊಂಡು ನಿಮ್ಮ ಸೇನೆಯನ್ನು ಸುರಕ್ಷಿತವಾಗಿರಿಸಿಕೊಂಡು ಹೋರಾಡುವುದರತ್ತ ಗಮನಹರಿಸಬೇಕು. ಇದರಿಂದ ಅವರ ಯುದ್ಧತಂತ್ರಗಳಿಗೆ ಬಲಿಯಾಗುವುದು ಅಸಾಧ್ಯವಾಗುತ್ತದೆ.

26. ಶತ್ರುವಿನ ಯುದ್ಧತಂತ್ರಗಳಿಂದ ಗೆಲುವನ್ನು ಗಳಿಸುವುದು ಹೇಗೆ ಎಂಬ ಅಂಶದಲ್ಲಿಯೇ ಎಲ್ಲರಿಗೂ ಗೊಂದಲ ಕಾಡುತ್ತವೆ.

27. ಪ್ರತಿಯೊಬ್ಬರಿಗೂ ಯೋಜನೆಗಳ ಒಂದು ಭಾಗವಷ್ಟೇ ಅರ್ಥವಾಗುತ್ತದೆ. ಆದರೆ ಜಯಗಳಿಸಲು ಶತ್ರು ಪಾಳೆಯ ಹಾಕಿರುವ ಯೋಜನೆಗಳ ಆಂತರ್ಯದಲ್ಲಿರುವ ಅಂಶಗಳನ್ನು ಅರ್ಥ ಮಾಡಿಕೊಳ್ಳುವುದು ಕಷ್ಟವಾಗುತ್ತದೆ. ಯೋಜನೆಗಳ ಆಂತರ್ಯ ಗಮನಿಸಿದಾಗ ಮಾತ್ರ ಜಯದ ಪ್ರತಿಹಂತವನ್ನು ಸಂಭಾಳಿಸಲು ಸಾಧ್ಯವಾಗುತ್ತದೆ.

28. ನಿಮಗೆ ಗೆಲುವನ್ನು ತಂದುಕೊಟ್ಟ ತಂತ್ರಗಳನ್ನು ಪುನರಾವರ್ತಿಸಬೇಡಿ. ನಿಮ್ಮ ಯುದ್ಧದ ಅನುಭವಗಳನ್ನು ಆಧರಿಸಿ ಮುಂದಿನ ಯುದ್ಧಕ್ಕೆ ತಯಾರಿ ನಡೆಸಿ.

29. ಯುದ್ಧತಂತ್ರಗಳು ನೀರಿನ ಹರಿವಿನಂತೆ. ನೀರು ಕೆಳಗಿನಿಂದ ಮೇಲಕ್ಕೆ ಹರಿಯಲಾರದು ಆ ಸಾಮರ್ಥ್ಯ ನೀರಿಗಿಲ್ಲ, ಕೇವಲ ತಗ್ಗು ಪ್ರದೇಶದಲ್ಲಿ ಮಾತ್ರ ನೀರು ಸಂಗ್ರಹವಾಗುತ್ತದೆ. ಇದೇ ರೀತಿ ಸೈನ್ಯವೂ ಕಾರ್ಯ ನಿರ್ವಹಿಸಬೇಕು.

30. ಅದೇ ರೀತಿ ಸೈನ್ಯವೂ ಶತ್ರುವಿನ ಪಾಳೆಯದ ಪ್ರಬಲವಾದ ಅಂಶಗಳ ಮೇಲೆ ಮೊದಲಿಗೆ ಪ್ರಹಾರ ನಡೆಸದೇ ಮೊದಲು ಅಲ್ಲಿನ ಬಲಹೀನ ಅಂಶಗಳತ್ತ ಗಮನಹರಿಸಿ ಅದನ್ನು ನಿಮ್ಮದಾಗಿಸಿಕೊಳ್ಳುವತ್ತ ಯೋಜನೆ ಹೆಣೆಯಬೇಕು.

31. ನೀರು ಪ್ರಕೃತಿಗೆ ಅನುಗುಣವಾಗಿ ತಾನು ಹರಿಯುವ ಹಾದಿಗೆ ತಕ್ಕಂತೆ ತನ್ನ ಆಕಾರವನ್ನು ಬದಲಿಸುವುದು. ಅದೇ ರೀತಿಯಲ್ಲಿ ಎದುರಾಳಿಗೆ ಅನುಗುಣವಾಗಿ ನಿಮ್ಮ ಯೋಜನಾ ತಂತ್ರಗಳನ್ನು ಬದಲಿಸಬೇಕು.

32. ಆದ್ದರಿಂದ, ನೀರಿಗೆ ಹೇಗೆ ಸ್ಥಿರವಾದ ಆಕಾರವಿರುವುದಿಲ್ಲವೋ, ಅದೇ ರೀತಿ ಯುದ್ಧವು ಯಾವುದೇ ಸ್ಥಿರವಾದ ಯೋಜನೆಗಳನ್ನು ಹೊಂದಿರುವುದಿಲ್ಲ.

33. ಎದುರಾಳಿಯು ಯೋಜನೆಗಳಿಗೆ ತಕ್ಕಂತೆ ತನ್ನ ತಂತ್ರಗಳನ್ನು ಬದಲಿಸಿ ಯುದ್ಧದಲ್ಲಿ ಜಯ ಸಾಧಿಸುವವನು ಸಮರ್ಥನಾಯಕ ಎಂದೆನಿಸುತ್ತಾನೆ.

34. ಪಂಚಭೂತಗಳು, ಋತುಗಳು, ದಿನಗಳು ಎಲ್ಲವೂ ವಿಭಿನ್ನವಾಗಿರುತ್ತದೆ. ಅದೇ ರೀತಿಯಲ್ಲಿ ಯುದ್ಧತಂತ್ರಗಳಲ್ಲೂ ಬದಲಾವಣೆಯೊಂದೇ ಸದಾ ಇರುವಂತಹ ಅಂಶ.

ಅಧ್ಯಾಯ 7: ಸೇನಾಚಾಲನೆಯ ನೈಪುಣ್ಯ

1. ಸನ್ ತ್ಸು ಅಭಿಪ್ರಾಯದಂತೆ ಒಂದು ಪ್ರದೇಶದ ಸಾರ್ವಭೌಮನು ಸೇನಾಪತಿಗೆ ಆಜ್ಞಾಪಿಸುತ್ತಾನೆ. ಸೇನಾಪತಿಯು ಆಳುವ ಪ್ರಭುವಿನ ಆಜ್ಞೆಗಳನ್ನು ಪಾಲಿಸುತ್ತಾನೆ.

2. ಸೈನ್ಯವನ್ನು ಹಲವೆಡೆಯಿಂದ ಒಗ್ಗೂಡಿಸಬೇಕಾಗುತ್ತದೆ. ಹೀಗಾಗಿ ಸೇನೆಯಲ್ಲಿ ಒಂದೇ ರೀತಿಯ ಕಾರ್ಯವೈಖರಿ ಕಷ್ಟವಾಗು ತ್ತದೆ. ಎಲ್ಲರಿಗೂ ಅನುಕೂಲಕರವಾದಂತಹ ವಾತಾವರಣದ ನಿರ್ಮಾಣ ಮಾಡಿಕೊಡಬೇಕಾದ ಅವಶ್ಯಕತೆ ಇರುತ್ತದೆ. ಸೈನ್ಯವನ್ನು ಯುದ್ಧಕ್ಕೆ ಹೊರಡಿಸುವ ಮೊದಲು ಸೈನ್ಯದಲ್ಲಿ ಸಾಮರಸ್ಯವನ್ನು ಮೂಡಿಸಿ ಅದೇ ಸಾಮರಸ್ಯವನ್ನು ಕೊನೆಯವರೆಗೂ ಕಾಪಾಡಿ ಕೊಳ್ಳಬೇಕಾಗುತ್ತದೆ.

3. ನಂತರ ಬರುವುದು ಯುದ್ಧಕೌಶಲ್ಯತೆ. ಇದು ಅತ್ಯಂತ ಕಠಿಣವಾದ ಹಂತ. ಇಲ್ಲಿ ನೀವು ದುರದೃಷ್ಟವನ್ನು ಅದೃಷ್ಟವಾಗಿ ಪರಿಣಮಿಸುವಂತೆ ಮಾಡಬೇಕು, ಪರೋಕ್ಷವಾಗಿರುವುದನ್ನು ನೇರ ವಿಧಾನಕ್ಕೆ ಒಳಪಡಿಸಬೇಕು ಮತ್ತು ಯಾವುದೇ ರೀತಿಯ ನಷ್ಟವನ್ನಾದರೂ ಲಾಭವನ್ನಾಗಿ ಪರಿವರ್ತಿಸಬಲ್ಲ ತಾಕತ್ತು, ಬುದ್ಧಿವಂತಿಕೆ ನಿಮ್ಮಲ್ಲಿರಬೇಕು.

4. ಆದ್ದರಿಂದ ಶತ್ರುವನ್ನು ವಿಚಲಿತಗೊಳಿಸುವುದರಿಂದ ನಿಮ್ಮ ಜಯ ಸುಲಭ ಸಾಧ್ಯವಾಗುತ್ತದೆ. ನೀವು ಶತ್ರುವಿಗಿಂತ ತಡವಾಗಿ ರಣರಂಗಕ್ಕಿಳಿದರೂ, ಶತ್ರುವಿನ ಮಾರ್ಗಕ್ಕಿಂತ ಹೆಚ್ಚು ಸುತ್ತು ಬಳಸಿನ ಮಾರ್ಗವನ್ನು ಆಯ್ದುಕೊಂಡರೂ ಅವನಿಗಿಂತ ಮುಂಚಿತವಾಗಿ ನೀವೆ ಗುರಿ ಸಾಧಿಸುವಂತಿರಬೇಕು. ಇದು ಯುದ್ಧಕಲೆಯಲ್ಲಿ ನಿಮಗಿರುವ ನೈಪುಣ್ಯವನ್ನು ಸಾಕ್ಷೀಕರಿಸುತ್ತದೆ.

5. ಸೈನ್ಯದ ಮೇಲೆ ನಿಮ್ಮ ಜಾಣ್ಮೆಯು ನೈಪುಣ್ಯ ತೋರಿಸುವುದಕ್ಕೂ ಮೊದಲು ನಿಮ್ಮ ಸೈನಿಕರ ಗುಣಸ್ವಭಾವಗಳನ್ನು ಗಮನಿಸಿಕೊಂಡಿರಬೇಕು. ಎಷ್ಟೇ ಬುದ್ಧಿವಂತಿಕೆಯಿಂದ ಶತ್ರುವಿನ ವಿರುದ್ಧ ಜಾಲ ಹರಡಿದರೂ ಅಶಿಸ್ತಿನಿಂದ ಕೂಡಿದ ಒಂದು ಸೈನಿಕರ ಸಣ್ಣ ಗುಂಪು ಸಹ ನಿಮ್ಮ ಯೋಜನೆಯನ್ನು ತಲೆಕೆಳಗು ಮಾಡಬಹುದು. ಇದು ಅತ್ಯಂತ ಅಪಾಯಕಾರಿಯಾದ ಅಂಶ.

6. ಒಂದು ಪರಿಪೂರ್ಣ ಸಜ್ಜಾದ ಸೈನ್ಯವನ್ನು ನೀವು ಕಟ್ಟಲು ಬಯಸಿ ಆ ಸೈನ್ಯದಲ್ಲೊಂದು ನಿಖರತೆ ಮೂಡಿಸುವ ವೇಳೆಗೆ, ನಿಮ್ಮ ಅವಕಾಶ ಕೈತಪ್ಪಿಹೋಗಿ ನೀವು ರಣರಂಗದಲ್ಲಿ ಸೋತು ಹೋಗಬಹುದು.

7. ನಿಮ್ಮ ಅಗತ್ಯಕ್ಕಾಗಿ ಸೈನಿಕರ ಮೇಲೆ ಹೆಚ್ಚಾದ ಕೆಲಸದ ಹೊರೆಯನ್ನು ಹೊರಿಸಿದರೆ ನಿಮ್ಮ ಸೈನ್ಯ ಕೈತಪ್ಪಿ ಹೋಗುತ್ತದೆ. ಕೇವಲ ಸೈನಿಕರಷ್ಟೇ ಅಲ್ಲದೇ ಸೇನಾಮುಖಂಡರೂ ಸಹ ಶತ್ರುಗಳ ಪಾಳೆಯ ಸೇರಿಕೊಳ್ಳಬಹುದು. ಆಗ ನಿಮಗೆ ಸೋಲು ಕಟ್ಟಿಟ್ಟ ಬುತ್ತಿ.

8. ಬಲಶಾಲಿ ಸೈನಿಕರು ಸೇನೆಯ ಮುಂಭಾಗದಲ್ಲಿರಬೇಕು ಮತ್ತು ದುರ್ಬಲ ಸೈನಿಕರು ಸೇನೆಯ ಹಿಂಭಾಗದಲ್ಲಿರಬೇಕು ಎಂದು ನೀವು ಪ್ರತೀ ಬಾರಿಯೂ ನಿರೀಕ್ಷಿಸಿದರೆ ಹತ್ತರಲ್ಲಿ ಒಂದು ಭಾಗದ ಸೈನ್ಯ ಮಾತ್ರ ಗುರಿ ತಲುಪುತ್ತದೆ.

9. ನೀವು ನಿಮ್ಮ ಕಾರ್ಯತಂತ್ರಕ್ಕೆ ಅನುಸಾರವಾಗಿ ಮಾತ್ರ ಕಾರ್ಯನಿರ್ವಹಿಸಬೇಕು. ಶತ್ರುವಿನ ಯೋಜನೆಗಳನ್ನು ತಿಳಿಯಲು ನೀವು 50 ಮೈಲಿ ನಡೆದುಹೋಗುವ ತೀರ್ಮಾನಕ್ಕೆ ಬಂದರೆ ನಿಮ್ಮ ಸೈನ್ಯದ ಅರ್ಧದಷ್ಟು ಸೈನಿಕರು ಮಾತ್ರ ಗುರಿ ತಲುಪುತ್ತಾರೆ. ಮತ್ತು ನೀವು ನಿಮ್ಮ ಸೇನಾನಾಯಕರನ್ನು ಕಳೆದುಕೊಳ್ಳಬೇಕಾಗುತ್ತದೆ.

10. ಅದೇ ಉದ್ದೇಶಕ್ಕಾಗಿ 30 ಮೈಲಿ ನಡೆದುಹೋದರೆ ನಿಮ್ಮ ಸೈನ್ಯದ ಎರಡನೇ ಮೂರು ಭಾಗದ ಸೈನ್ಯ ಮಾತ್ರ ಗುರಿ ತಲುಪುತ್ತದೆ.

11. ಸೇನೆ 3 ಹಂತಗಳಲ್ಲಿ ವಿಫಲವಾಗುತ್ತದೆ.

– ನಿಮ್ಮ ಸರಕುಬಂಡಿಯೇ ಕಳೆದುಹೋದರೆ ನಿಮ್ಮ ಸೇನೆ ವಿಫಲವಾಗುತ್ತದೆ,

– ನಿಮಗೆ ಅಗತ್ಯವಿರುವ ಸರಕುಗಳೇ ಇಲ್ಲದಿದ್ದರೆ ಸೈನ್ಯ ಅಸಹಾಯಕವಾಗುತ್ತದೆ,

– ಸಮರ್ಪಕ ಪೂರೈಕೆಯ ಮೂಲಗಳಿಲ್ಲದಿದ್ದರೂ ಸಹ ಸೇನೆ ವಿಫಲವಾಗುತ್ತದೆ.

12. ನಮ್ಮ ಸಹಾಯಕ್ಕೆ ಮುಂದಾಗುವವರ ಕುರಿತು, ಅವರ ಕಾರ್ಯತಂತ್ರದ ಕುರಿತು ಅರಿಯದೇ ಮೈತ್ರಿಗಳಲ್ಲಿ ಸೈನ್ಯದ ಮುಂದುವರಿಕೆ ಅಸಾಧ್ಯವಾಗುತ್ತದೆ.

13. ದೇಶದ ಬಗ್ಗೆ ಸಂಪೂರ್ಣವಾಗಿ ತಿಳಿದುಕೊಳ್ಳದೇ, ದೇಶದ ಭೌಗೋಳಿಕ ಲಕ್ಷಣಗಳು, ದೇಶದ ಬಲಹೀನ ಅಂಶ ಮತ್ತು ಪ್ರಬಲ ಅಂಶ, ಅಲ್ಲಿನ ಸ್ಥಳ ಪರಿಚಯ ಇಲ್ಲದೇ ಇದ್ದರೆ ನೀವು ಸೈನ್ಯದ ಮುಖಂಡತ್ವ ವಹಿಸಿಕೊಳ್ಳಲು ಅನರ್ಹರು.

14. ನಾವು ಸ್ಥಳೀಯ ಮಾರ್ಗದರ್ಶಕರನ್ನು ಬಳಸದ ಹೊರತು, ನೈಸರ್ಗಿಕ ಪ್ರಯೋಜನಗಳನ್ನು ಗಣನೆಗೆ ತೆಗೆದುಕೊಳ್ಳಲು ಸಾಧ್ಯವಾಗುವುದಿಲ್ಲ.

15. ಯುದ್ಧದಲ್ಲಿ, ನಿಮ್ಮ ಆಂತರ್ಯದ ಅರಿವು ಬೇರೆಯವರಿಗೆ ತಿಳಿಯದಂತೆ ವರ್ತಿಸುವುದನ್ನು ಅಭ್ಯಾಸ ಮಾಡಿಕೊಳ್ಳಿ. ಆಗ ನೀವು ಯಶಸ್ವಿಯಾಗುವಿರಿ.

16. ನಿಮ್ಮ ಸೈನ್ಯವನ್ನು ಒಗ್ಗೂಡಿಸಿಕೊಂಡಿರಬೇಕೇ ಅಥವಾ ಅದನ್ನು ವಿಂಗಡಿಸಬೇಕೆ ಎಂಬುದು ಸಂದರ್ಭಗಳಿಗೆ ಅನುಸಾರ ವಾಗಿ ನಿರ್ಧರಿಸಬೇಕು.

17. ಸೈನ್ಯದಲ್ಲಿ ನಿಮ್ಮ ಕ್ಷಿಪ್ರ ನೀತಿಗಳು ಗಾಳಿಯ ವೇಗದಲ್ಲಿರಲಿ. ಕಾಡಿನಷ್ಟು ನಿಬಿಡವಾಗಿರಲಿ.

18. ದಾಳಿಯಲ್ಲಿ ಮತ್ತು ಲೂಟಿಯಲ್ಲಿ ಬೆಂಕಿಯಷ್ಟು ತೀಕ್ಷ್ಣವಾಗಿರಿ. ಸ್ಥಿರತೆಯಲ್ಲಿ ಪರ್ವತದಂತಿರಿ.

19. ನಿಮ್ಮ ಯೋಜನೆಗಳು ಯಾರಿಗೂ ತಿಳಿಯದಂತಿರಲಿ. ರಹಸ್ಯವಾಗಿರಲಿ. ನಿಮ್ಮ ದಾಳಿಯು ಸಿಡಿಲಿನಂತಿರಲಿ.

20. ಒಂದು ದೇಶವನ್ನು ಲೂಟಿ ಮಾಡಬೇಕಾದಾಗ ಮೊದಲು ಗ್ರಾಮಗಳನ್ನು ವಶಪಡಿಸಿಕೊಳ್ಳಿ. ನಿಮ್ಮ ಸೈನಿಕರನ್ನು ವಿಭಜಿಸಿ ಕೊಳ್ಳೆ ಹೊಡೆಯಿರಿ. ದೇಶವನ್ನು ಸಂಪೂರ್ಣವಾಗಿ ವಶಪಡಿಸಿ ಕೊಂಡ ನಂತರ ದೇಶವನ್ನೇ ವಿಭಜಿಸಿ ಸೈನಿಕರಿಗೆ ಕೊಡಿ. ಆಗ ಅದರ ಆಳ್ವಿಕೆ ಸುಲಭವಾಗುತ್ತದೆ.

21. ಯಾವುದೇ ಒಂದು ಯೋಜನೆಯನ್ನು ಜಾರಿಗೊಳಿಸು ವುದಕ್ಕೂ ಮೊದಲು ಚೆನ್ನಾಗಿ ಯೋಚಿಸಿ, ವಿಮರ್ಶಿಸಿ ನಂತರ ನಿರ್ಧಾರಕ್ಕೆ ಬನ್ನಿ.

22. ಯಾರಿಗೆ ವೈರಿಯ ಗಮನವನ್ನು ಬೇರೆಡೆಗೆ ಹರಿಸುವ ಕಲೆ ತಿಳಿದಿರುತ್ತದೋ ಅವರೇ ವಿಜಯಿಯಾಗುತ್ತಾರೆ. ಇದೇ ಸೇನಾ ನೈಪುಣ್ಯತೆ.

23. "ದ ಬುಕ್ ಆಫ್ ಆರ್ಮಿ ಮ್ಯಾನೇಜ್‌ಮೆಂಟ್" ಪುಸ್ತಕವು ಹೇಳುವಂತೆ, ಯುದ್ಧ ಭೂಮಿಯಲ್ಲಿ ಮಾತನಾಡುವ ಶಬ್ದಗಳು ಸಾಕಷ್ಟು ದೂರ ಸಾಗುವುದಿಲ್ಲ: ಆದ್ದರಿಂದಲೇ ಕಂಸಾಳೆ

ಮತ್ತು ಡೋಲುಗಳಿರುತ್ತವೆ. ವಸ್ತುಗಳು ಹೆಚ್ಚು ದೂರದವರೆಗೆ ಕಾಣುವುದಿಲ್ಲ: ಆದ್ದರಿಂದಲೇ ಧ್ವಜಗಳು ಮತ್ತು ಲಘುಬರಹಗಳಿರುತ್ತವೆ.

24. ಕಂಸಾಳೆಗಳು ಮತ್ತು ಡೋಲುಗಳು, ಲಘುಬರಹಗಳು ಮತ್ತು ಧ್ವಜಗಳಿಗೆ ಒಂದು ನಿಖರವಾದ ಅರ್ಥವಿರುತ್ತದೆ. ವಿರೋಧಿ ಬಣಕ್ಕೆ ಇದರಿಂದ ನಿಗದಿತ ಸಂದೇಶಗಳ ರವಾನೆಯಾಗುತ್ತದೆ.

25. ಒಂದು ದೊಡ್ಡ ಗುಂಪು ಒಗ್ಗಟ್ಟಿನಿಂದ ಕೂಡಿದರೆ ಎಂತಹ ಕೆಚ್ಚೆದೆಯ ಸೈನಿಕನಿಗೂ ಎದುರಿಸುವುದು ಅಸಾಧ್ಯ. ಮೋಸದಿಂದ ಎದುರಿಸುವುದೂ ಸಹ ಕಠಿಣವೆನಿಸುತ್ತದೆ.

26. ಇರುಳಿನ ಹೋರಾಟದಲ್ಲಿ ಬೆಂಕಿ ಮತ್ತು ಡೋಲುಗಳನ್ನು ಹೆಚ್ಚಾಗಿ ಬಳಸಿ ಮತ್ತು ಹಗಲಿನ ಹೋರಾಟದಲ್ಲಿ, ಧ್ವಜಗಳು ಮತ್ತು ಲಘುಬರಹಗಳನ್ನು ಉಪಯೋಗಿಸಿ. ಅವು ಒಂದು ಸಂದೇಶವಾಹಕ ಸಾಧನವಾಗಿ ಬಳಸಲ್ಪಡುತ್ತವೆ.

27. ಇಡೀ ಸೈನ್ಯದ ಚೈತನ್ಯವನ್ನು ಬತ್ತಿಸುವುದರ ಮೂಲಕ ಮತ್ತು ಸೇನಾನಾಯಕನ ಮನಸ್ಥಿತಿಯನ್ನು ಅಲ್ಲಾಡಿಸುವುದರ ಮೂಲಕವೂ ಸಹ ಯುದ್ಧವನ್ನು ಗೆಲ್ಲಬಹುದು.

28. ಈಗ ಒಬ್ಬ ಸೈನಿಕನಲ್ಲಿ ಮುಂಜಾನೆಯಲ್ಲಿ ಸ್ಫೂರ್ತಿ ಚಿಮ್ಮುತ್ತಿರುತ್ತದೆ. ಮಧ್ಯಾಹ್ನದ ಹೊತ್ತಿಗೆ ಆ ಸ್ಫೂರ್ತಿ ಕಡಿಮೆ ಯಾಗುತ್ತದೆ. ಸಂಜೆಯ ವೇಳೆಗೆ ಸೇನಾ ಶಿಬಿರಕ್ಕೆ ಹಿಂತಿರುಗುವುದರ ಕುರಿತು ಮಾತ್ರ ಆತನ ಮನಸ್ಸು ಚಿಂತಿಸುತ್ತಿರುತ್ತದೆ,

29. ಹೀಗಾಗಿ ಸೇನಾಪತಿ ಬುದ್ಧಿವಂತನಾಗಿದ್ದರೇ, ಮುಂಜಾನೆಯ ಸಮಯದಲ್ಲಿ ರಣರಂಗಕ್ಕೆ ಹೋಗಿ ಸೈನ್ಯವನ್ನು ಹುರಿದುಂಬಿಸುವ ಕಾರ್ಯ ಮಾಡುವುದಿಲ್ಲ. ಸೈನಿಕನಲ್ಲಿ ಉತ್ಸಾಹ

ಕಡಿಮೆಯಾಗುವ ಹೊತ್ತಿಗೆ ರಣರಂಗಕ್ಕೆ ಬಂದು ಹೊಸ ಸ್ಫೂರ್ತಿ ತುಂಬಲು ಪ್ರಯತ್ನಿಸುತ್ತಾನೆ.

30. ಶಿಸ್ತುಬದ್ಧವಾಗಿ ನಡೆದುಕೊಳ್ಳುವುದರ ಮುಖಾಂತರ ಶತ್ರು ಪಾಳೆಯ ಮೈಮರೆಯುವ ಸಮಯಕ್ಕಾಗಿ ಸೇನಾನಾಯಕ ಕಾಯಬೇಕು. ಇದು ಸ್ವಯಂಸ್ವಾಧೀನ ಸಾಧಿಸಿಕೊಳ್ಳುವ ಕಲೆಯಾಗಿದೆ.

31. ಎದುರಾಳಿಯು ಗೆಲುವಿಗೆ ದೂರವಾಗಿರುವ ಸಂದರ್ಭದಲ್ಲಿ ನೀವು ಹತ್ತಿರವಾಗಿರಬೇಕು. ವೈರಿ ಕಷ್ಟದಲ್ಲಿದ್ದರೆ ನೀವು ಆರಾಮವಾಗಿರಬೇಕು. ಆತ ಆಹಾರವಿಲ್ಲದೇ ಒದ್ದಾಡುತ್ತಿರುವಾಗ ನೀವು ಸಮರ್ಪಕ ಆಹಾರ ತೆಗೆದುಕೊಂಡು ಸಶಕ್ತರಾಗಿರಬೇಕು. ಇದು ನಿಮ್ಮ ಶಕ್ತಿಯನ್ನು ಕ್ರೋಢೀಕರಿಸಿಕೊಳ್ಳುವ ವಿಧಾನ.

32. ಯುದ್ಧದಲ್ಲಿ ಧ್ವಜಗಳ ಸೂಚನೆಗಳನ್ನು ಅನುಸರಿಸಿ ನಿಮ್ಮ ಯೋಜನೆಗಳನ್ನು ಸಮರ್ಪಕವಾಗಿ ಹೆಣೆಯಬೇಕು. ಸಂದರ್ಭಗಳಿಗನುಸಾರವಾಗಿ ಯೋಜನೆಗಳನ್ನು ಹೆಣೆಯುವುದೂ ಸಹ ಸೇನಾನಾಯಕನ ಬುದ್ಧಿವಂತಿಕೆಯನ್ನು ತೋರಿಸುತ್ತದೆ. ಸಮಯೋಚಿತ ನಿರ್ಧಾರಗಳನ್ನು ತೆಗೆದುಕೊಳ್ಳುವುದು ಅತ್ಯವಶ್ಯಕ ಅಂಶವಾಗಿದೆ.

33. ಶತ್ರುವು ರಣರಂಗದಿಂದ ವಿಮುಖನಾದಾಗ ಅವನ ಬೆಂಬತ್ತಿ ಹೋಗದಿರುವುದು ಮತ್ತು ವೈರಿಯ ಶರಣಾಗತಿಯನ್ನು ಒಪ್ಪಿಕೊಳ್ಳುವುದು, ವೈರಿಯು ಶಾಂತನಾಗಿದ್ದಾಗ ಯಾವುದೇ ರೀತಿಯ ದಾಳಿ ಮಾಡದಿರುವುದು ಯುದ್ಧದ ಆಧಾರ ಸೂತ್ರ.

34. ಶತ್ರುವಿನ ತಾಕತ್ತು ತೀವ್ರಗತಿಯಲ್ಲಿರುವಾಗ ದಾಳಿ ನಡೆಸಬಾರದು. ಶಕ್ತಿ ಕುಂಠಿತವಾಗುವವರೆಗೂ ಕಾದು ದಾಳಿ ನಡೆಸಬೇಕು.

35.ವೈರಿಯು ನಿಮಗೆ ವಿಪರೀತವಾದ ತೊಂದರೆ ಕೊಡುತ್ತಿದ್ದರೆ ಅದನ್ನು ಸಹಿಸಿಕೊಳ್ಳಬೇಡಿ. ಒಂದು ಸೇನೆಯು ತನ್ನ ಶಿಬಿರಕ್ಕೆ ಹಿಂತಿರುಗುತ್ತಿರುವ ಸಮಯದಲ್ಲಿ ಮಧ್ಯ ಪ್ರವೇಶಿಸಬೇಡಿ.

36.   ಶತ್ರು ಪಾಳೆಯದವರನ್ನು ಸಂಪೂರ್ಣವಾಗಿ ಸುತ್ತುವರೆಯಬೇಡಿ. ಶತ್ರು ಪಾಳೆಯದವರಿಗೆ ಹತಾಶೆಯುಂಟಾದ ಸಂದರ್ಭದಲ್ಲಿ ಅವರಿಗೆ ಯುದ್ಧದಿಂದ ವಿಮುಖರಾಗುವ ಅವಕಾಶ ನೀಡಿ. ನೀವು ಒಂದು ಸೈನ್ಯವನ್ನು ಸುತ್ತುವರಿದಾಗ, ಒಂದು ಹೊರಹೋಗುವ ದಾರಿಯನ್ನು ಬಿಟ್ಟುಬಿಡಿ. ಹತಾಶವಾದ ವೈರಿಯನ್ನು ಹೆಚ್ಚು ಬಲದಿಂದ ಒತ್ತಬೇಡಿ.

ಇದೇ ಸೇನಾ ಚಾಲನೆಯ ನೈಪುಣ್ಯ.

ಅಧ್ಯಾಯ 8: ತಂತ್ರಗಳಲ್ಲಿನ ವ್ಯತ್ಯಾಸ

1. ಸನ್ ತ್ಸು ಅಭಿಪ್ರಾಯದಂತೆ ಯುದ್ಧದಲ್ಲಿ, ಸಾರ್ವಭೌಮನ ಆದೇಶಗಳನ್ನು ಸೇನಾಪತಿಯು ಪಾಲಿಸುವನು. ಅದಕ್ಕನುಗುಣ ವಾಗಿಯೇ ಸೇನೆಯನ್ನು ಒಗ್ಗೂಡಿಸುತ್ತಾನೆ. ಇದು ಪ್ರಭುತ್ವದ ವ್ಯವಸ್ಥೆಯ ಕ್ರಮ.

2. ಸಂಕಷ್ಟಕರ ಸಂದರ್ಭಗಳಲ್ಲಿ ಒಂದೆಡೆಯಲ್ಲಿಯೇ ಶಿಬಿರ ಹಾಕಬಾರದು. ನೆರೆ ರಾಷ್ಟ್ರಗಳ ಸಹಾಯ ಪಡೆದು ತಾಳ್ಮೆಯಿಂದ ಕಾಯಬೇಕು. ಅಪಾಯಕಾರಿ ಪ್ರದೇಶಗಳಲ್ಲಿ ಹೆಚ್ಚುಹೊತ್ತು ಕಾಲಹರಣ ಮಾಡಬಾರದು. ಸಮರ್ಪಕ ತಂತ್ರಗಳನ್ನು ಹೆಣೆದು ಯುದ್ಧ ಅನಿವಾರ್ಯವಾದರೆ ಮಾತ್ರ ಹೋರಾಟ ಮಾಡಬೇಕು.

3. ಯುದ್ಧದಲ್ಲಿ ನೀವು ಅನುಸರಿಸಲೇಬಾರದ ನಿಯಮಗಳಿವೆ. ದಾಳಿ ಮಾಡಬಾರದ ಸೇನೆಗಳಿವೆ, ಮುತ್ತಿಗೆ ಹಾಕಬಾರದ ಪಟ್ಟಣಗಳಿವೆ, ಸ್ಪರ್ಧಿಸಬಾರದ ಸ್ಥಾನಗಳಿವೆ, ಪಾಲಿಸಬಾರದ ಸಾರ್ವಭೌಮನ ಆಜ್ಞೆಗಳಿವೆ.

4. ತಂತ್ರಗಳಲ್ಲಿನ ವ್ಯತ್ಯಾಸದಿಂದ ಉಂಟಾಗುವ ಅನುಕೂಲತೆ ಗಳನ್ನು ಅರ್ಥಮಾಡಿಕೊಂಡಿರುವ ಸೇನಾಪತಿಯು, ತನ್ನ ಸೈನ್ಯವನ್ನು ಹೇಗೆ ನಿರ್ವಹಿಸಬೇಕು ಎಂಬುದನ್ನೂ ತಿಳಿದಿರುತ್ತಾನೆ.

5. ಇವುಗಳನ್ನು ಅರ್ಥಮಾಡಿಕೊಳ್ಳದ ಸೇನಾಪತಿಯು, ಬಹುಶಃ ದೇಶದ ರಚನೆಯೊಂದಿಗೆ ಹೆಚ್ಚು ಪರಿಚಿತನಾಗಿರುತ್ತಾನೆ. ಆದರೆ ಅವನು ತನ್ನ ಜ್ಞಾನವನ್ನು ಪ್ರಾಯೋಗಿಕವಾಗಿ ಬದಲಿಸಲು ಅಸಮರ್ಥನಾಗಿರುತ್ತಾನೆ.

6. ಹಾಗಾಗಿ, ಯುದ್ಧದ ಕಲೆಯಲ್ಲಿ ಪಳಗದ ಸೇನೆಯ ವಿದ್ಯಾರ್ಥಿ ತನ್ನ ಯೋಜನೆಗಳನ್ನು ಬದಲಿಸುವನು. ಅವನಿಗೆ ಅನುಕೂಲತೆಗಳ ಪರಿಚಯವಿದ್ದರೂ ಸಹ, ಅವನು ತನ್ನ ಮಂದಿಯನ್ನು ಉತ್ತಮವಾಗಿ ಬಳಸುವಲ್ಲಿ ವಿಫಲನಾಗುತ್ತಾನೆ.

7. ಆದ್ದರಿಂದ ಬುದ್ಧಿವಂತ ನಾಯಕರ ಯೋಜನೆಗಳಲ್ಲಿ, ಲಾಭದ ಪರಿಗಣನೆಗಳು ಮತ್ತು ಅನಾನುಕೂಲತೆಗಳು ಒಗ್ಗೂಡಿಸಲ್ಪಡುತ್ತದೆ.

8. ಒಂದು ವೇಳೆ ನಮ್ಮ ಲಾಭದ ನಿರೀಕ್ಷೆಯು ಈ ಮನೋಭಾವದಿಂದಿದ್ದರೆ, ನಾವು ನಮ್ಮ ಯೋಜನೆಗಳ ಅಗತ್ಯ ಭಾಗವನ್ನು ಪೂರೈಸುವಲ್ಲಿ ಯಶಸ್ವಿಯಾಗಬಹುದು.

9. ಹೀಗಿದ್ದಾಗ ಮತ್ತೊಂದೆಡೆ, ತೊಂದರೆಗಳ ಮಧ್ಯೆ ನಾವು ಯಾವಾಗಲೂ ಪ್ರಯೋಜನವನ್ನು ಪಡೆಯಲು ಸಿದ್ಧರಾಗಿರುತ್ತೇವೆ. ದುರದೃಷ್ಟಕರ ಸನ್ನಿವೇಶದಿಂದ ನಮ್ಮನ್ನು ನಾವು ಪಾರಾಗುವಂತೆ ಮಾಡಿಕೊಳ್ಳಬಹುದು.

10. ಸಂಖ್ಯೆಯಲ್ಲಿ ಸೇನಾ ಮುಖಂಡರನ್ನು ಕಡಿಮೆ ಮಾಡಿ. ಅವರಿಗೆ ನಡುನಡುವೆ ತೊಂದರೆ ನೀಡುತ್ತಿರಿ ಮತ್ತು ಅವರನ್ನು ಸದಾ ಕಾರ್ಯನಿರತರನ್ನಾಗಿರುವಂತೆ ಮಾಡಿ. ಸೋಗಿನ ಆಸೆಯ ತೋರಿಕೆಯಿಂದ ಹಿಡಿದಿಡಿ ಮತ್ತು ನಿಮ್ಮ ಯೋಜನೆಯಲ್ಲಿ ಸಿಕ್ಕಿಹಾಕಿಕೊಳ್ಳುವಂತೆ ಮಾಡಿ.

11. ನಮಗೆ ವೈರಿಗಳಿಲ್ಲ ಎಂಬ ಸಂಭಾವ್ಯತೆಯನ್ನು ಯುದ್ಧ ಕಲೆಯು ಒಪ್ಪಿಕೊಳ್ಳುವುದಿಲ್ಲ. ಯಾವುದೇ ಸಂದರ್ಭದಲ್ಲು ಯುದ್ಧ ಆರಂಭವಾಗಬಹುದು. ವೈರಿ ನಿಷ್ಕ್ರಿಯನಾಗಿದ್ದಾನೆ ಎಂದು ಭಾವಿಸಲೇ ಬಾರದು. ನಮ್ಮನ್ನು ನಾವು ಯುದ್ಧಕ್ಕೆ ಸದಾ ಸಿದ್ಧವಾಗಿರಿಸಿಕೊಳ್ಳಬೇಕು.

12. ಇಲ್ಲಿ ಸೇನಾಪತಿಯ ಮೇಲೆ ಪ್ರತೀಕೂಲ ಪರಿಣಾಮ ಬೀರುವ ಐದು ಅಪಾಯಕಾರಿ ಸಂದರ್ಭಗಳಿವೆ

1. ಅಜಾಗರೂಕತೆ, ಇದು ನಾಶಕ್ಕೆ ಕಾರಣವಾಗುವುದು.

2. ಹೇಡಿತನ, ಇದು ಸೆರೆಹಿಡಿಯಲು ಕಾರಣವಾಗುವುದು.

3. ಕೋಪ, ಇದು ಅವಮಾನದಿಂದ ಕೆರಳುವುದು.

4. ದುರಭಿಮಾನ, ಇದು ಸಣ್ಣ ಅವಮಾನಕ್ಕೂ ಕೆರಳು
   ವಂತಾಗುತ್ತದೆ.

5. ತನ್ನ ಸೇನೆಯೆಡೆಗಿನ ಅತಿಯಾದ ಉತ್ಸುಕತೆ, ಇದು
   ಚಿಂತೆ ಮತ್ತು ತೊಂದರೆಗೆ ಒಳಪಡಿಸುವುದು.

13. ಇವು ಸೇನಾಪತಿಯು ಮಾಡುವ ಐದು ತಪ್ಪುಗಳಾಗಿವೆ.
ಇದರಿಂದ ಯಾವಾಗ ಬೇಕಿದ್ದರೂ ಯುದ್ಧ ನಡೆಯಬಹುದು
ಮತ್ತು ಯುದ್ಧವನ್ನು ಸಂಪೂರ್ಣ ನಾಶಗೊಳಿಸಲೂಬಹುದು

14. ಒಂದು ಸೈನ್ಯ ಸಂಪೂರ್ಣವಾಗಿ ಯುದ್ಧದಲ್ಲಿ ಸೋಲಲು
ಈ ಐದು ಅಪಾಯಕಾರಿ ತಪ್ಪುಗಳೇ ಕಾರಣವಾಗುತ್ತದೆ.

ಅಧ್ಯಾಯ 9: ಸೇನೆಯ ಪ್ರಯಾಣ

1. ಈಗ ನಾವು ಸೇನೆಯ ಶಿಬಿರ ಹೂಡುವ ಸ್ಥಳ ಮತ್ತು ವೈರಿಯ ಗಮನಿಸುವಿಕೆ ಹೇಗೆ ಎಂಬ ಪ್ರಶ್ನೆಗೆ ಉತ್ತರ ತಿಳಿಯೋಣ. ಇಲ್ಲಿ ಮೊದಲ ನಿಯಮವೆಂದರೆ ಪರ್ವತ ಪ್ರದೇಶಗಳು ಬಂದಾಗ ನೀವು ಕ್ಷಿಪ್ರಗತಿಯಲ್ಲಿ ಆ ಜಾಗವನ್ನು ದಾಟಿ ಹೋಗಬೇಕು. ಕಣಿವೆಗಳ ನೆರಳಿನಲ್ಲಿ ಉಳಿದುಕೊಳ್ಳಬೇಕು.

2. ಎತ್ತರವಾದ ಸ್ಥಳಗಳಲ್ಲಿ, ಸೂರ್ಯನಿಗೆ ಅಭಿಮುಖವಾಗಿ ಶಿಬಿರಗಳನ್ನು ಹೂಡಿದರೆ ನೀವು ಸೂರ್ಯನ ಶಾಖದ ಪ್ರಖರತೆಯನ್ನು ಎದುರಿಸಬೇಕಾಗುತ್ತದೆ. ಯುದ್ಧದ ಸಲುವಾಗಿ ಪರ್ವತ ಪ್ರದೇಶವನ್ನು ಆಯ್ದುಕೊಳ್ಳುವುದು ಮೂರ್ಖತನವಾಗುತ್ತದೆ. ಇದು ಪರ್ವತ ಯುದ್ಧ ನಿಯಮ.

3. ನದಿಯನ್ನು ದಾಟಿದರೆ ಆ ನದಿಯಿಂದ ಸಾಧ್ಯವಾದಷ್ಟು ಅಂತರ ಕಾಯ್ದುಕೊಳ್ಳಿ.

4. ಅಕಸ್ಮಾತ್ ನದಿ ದಾಟುವ ಸಂದರ್ಭದಲ್ಲೇ ಯುದ್ಧ ನಡೆಸಬೇಕಾದ ಪರಿಸ್ಥಿತಿಯಿಂದ ತಪ್ಪಿಸಿಕೊಳ್ಳಲು ಯತ್ನಿಸಿ. ಯುದ್ಧ ಮಾಡಲೇಬೇಕಾದ ಸಂದರ್ಭ ಎದುರಾದರೆ ನಿಮ್ಮ ಅರ್ಧ ಸೇನೆಯನ್ನು ದಡ ಸೇರುವಂತೆ ಮಾಡಿ ನಂತರ ಯುದ್ಧ ಆರಂಭಿಸಿ.

5. ನೀವು ಹೋರಾಟಕ್ಕೆ ಸಿದ್ಧರಾಗಿದ್ದರೆ ನಿಮ್ಮ ಎದುರಾಳಿ ನದಿ ದಾಟಿ ಮುಂದೆ ಬರುವವರೆಗೂ ನಿರೀಕ್ಷಿಸಿ.

6. ನಿಮ್ಮ ಯುದ್ಧ ತಂತ್ರವನ್ನು ಶತ್ರುವಿನ ತಂತ್ರಕ್ಕಿಂತ ಹೆಚ್ಚು ಸಮರ್ಥವಾಗಿ ಕಟ್ಟಿ. ಆದರೆ ನೀವೇ ಮುಂದಾಗಿ ಶತ್ರುವಿನ ಮೇಲೆ ಯುದ್ಧ ಸಾರಬೇಡಿ. ಇದು ನದಿಯಲ್ಲಿನ ಯುದ್ಧನಿಯಮ.

7. ಲವಣಯುಕ್ತ ಜವುಳು ಭೂಮಿ ಎದುರಾದಲ್ಲಿ ಆದಷ್ಟು ಬೇಗ ಅದನ್ನು ದಾಟಿ ಹೋಗುವ ಕುರಿತು ಯೋಜನೆ ರೂಪಿಸಿ.

8. ಒಂದು ವೇಳೆ ಲವಣಯುಕ್ತ ಜವುಳು ಭೂಮಿಯಲ್ಲಿ ಹೋರಾಡುವ ಒತ್ತಡ ಎದುರಾದರೆ, ನಿಮ್ಮ ಸಮೀಪದಲ್ಲೇ ನೀರಿನ ಮೂಲ ಮತ್ತು ಹುಲ್ಲು ಹಾಸು ಇರುವ ಪ್ರದೇಶ ಆಯ್ದುಕೊಳ್ಳಿ. ನಿಮ್ಮ ಹಿಂಭಾಗದಲ್ಲಿ ಮರದ ಗುಂಪು ಇದೆಯೆಂಬುದನ್ನು ಖಚಿತ ಪಡಿಸಿಕೊಳ್ಳಿ. ಇದು ಲವಣಯುಕ್ತ ಜವುಳು ಪ್ರದೇಶದ ಯುದ್ಧ ನಿಯಮ.

9. ಶುಷ್ಕ ಮತ್ತು ಸಮತಲ ಪ್ರದೇಶದಲ್ಲಿ ನಿಮ್ಮ ಬಲಭಾಗದ ಮತ್ತು ಹಿಂಬದಿಯ ನೆಲ ಏರಿಕೆಯಲ್ಲಿರುವಂತೆಯೂ ನೋಡಿಕೊಳ್ಳಿ. ಇದರಿಂದ ಅಪಾಯವು ನಿಮ್ಮ ಮುಂಭಾಗದಲ್ಲಿರುವುದು ಮತ್ತು ಹಿಂಬದಿಯ ಸ್ಥಾನ ಸುರಕ್ಷಿತವಾಗಿರುವುದು. ಇದು ಸಮತಲ ನೆಲದ ಸುರಕ್ಷಾ ವಿಧಾನ.

ಯುದ್ಧಕಲೆಯಲ್ಲಿ ಇವು ಅತ್ಯುಪಯುಕ್ತ ಜ್ಞಾನವಾಗಿದೆ.

10. ಎಲ್ಲಾ ಸೇನೆಗಳೂ ಎತ್ತರದ ಭೂಪ್ರದೇಶಗಳಿಗಿಂತಲೂ ತಗ್ಗು ಪ್ರದೇಶಗಳು ಮತ್ತು ಹೆಚ್ಚು ಬಿಸಿಲಿರುವ ಸ್ಥಳಗಳಿಗಿಂತ ನೆರಳಿನ ಪ್ರದೇಶಗಳನ್ನೇ ಯುದ್ಧಕ್ಕಾಗಿ ಆಯ್ದುಕೊಳ್ಳುತ್ತಾರೆ.

11. ನಿಮಗೆ ನಿಮ್ಮ ಸೇನೆಯ ಮೇಲೆ, ಶಿಬಿರದ ಮೇಲೆ ಹೆಚ್ಚಿನ ಕಾಳಜಿ ಇದ್ದಲ್ಲಿ ಗಟ್ಟಿಯಾದ ನೆಲದಲ್ಲಿ ಶಿಬಿರಗಳನ್ನು ಹೂಡಿ. ಇದರಿಂದ ಸೇನೆಯು ವಿವಿಧ ಕಾಯಿಲೆಗಳಿಂದ ಮುಕ್ತವಾಗುತ್ತದೆ. ಇದರಿಂದ ಜಯ ಸುಲಭವಾಗುತ್ತದೆ.

12. ಬೆಟ್ಟ ಪ್ರದೇಶಕ್ಕೆ ಬಂದಾಗ ಅಥವಾ ಅಣೇಕಟ್ಟಿನ ಸಮೀಪ ದಲ್ಲಿ ಯುದ್ಧ ಮಾಡಬೇಕಾದ ಪರಿಸ್ಥಿತಿ ಎದುರಾದರೆ ನಿಮ್ಮ ಬಲಹಿಂಭಾಗದ ಕಡೆಯಲ್ಲಿ ಇಳಿಜಾರು ಇರುವಂತೆಯೂ, ಬಿಸಿಲು ನಿಮ್ಮ ಕಡೆಯೇ ಇರುವಂತೆಯೂ ನೋಡಿಕೊಳ್ಳಿ. ಇದರಿಂದ ನಿಮ್ಮ ಪಾಳೆಯದ ಸೈನಿಕರಿಗೆ ಅನುಕೂಲವಾಗುವುದು. ನೈಸರ್ಗಿಕ ಪ್ರಯೋಜನಗಳನ್ನೂ ಪಡೆದುಕೊಳ್ಳಬಹುದು.

13. ಭಾರೀ ಮಳೆಯ ಸಂದರ್ಭದಲ್ಲಿ ನೀವು ನದಿ ದಾಟಬೇಕಾಗಿ ಬಂದರೆ ಅದರ ಪಾಚಿ, ಕೆಸರು ಕಡಿಮೆಯಾಗುವವರೆಗೂ ನಿರೀಕ್ಷಿಸಿ.

14. ಪ್ರಪಾತ ಪ್ರದೇಶ, ಬಂಡೆಗಳು ಹೆಚ್ಚಿರುವ ಪ್ರದೇಶ, ಪ್ರವಾಹ, ನೈಸರ್ಗಿಕ ಪೊಟರೆಗಳು, ಅಸ್ತವ್ಯಸ್ತವಾಗಿರುವ ಪೊದೆಗಳು, ಕುಸಿಯುವಂತಹ ಜೌಗು ಪ್ರದೇಶ ಮತ್ತು ಕೊರಕಲುಗಳನ್ನು ಹೊಂದಿರುವ ಪ್ರದೇಶಗಳನ್ನು ಆದಷ್ಟು ಬೇಗ ದಾಟಬೇಕು.

15. ಸುರಕ್ಷಿತ ಸ್ಥಳಗಳನ್ನು ಆಯ್ದುಕೊಂಡು ಶತ್ರುಗಳನ್ನು ಯುದ್ಧಕ್ಕೆ ಆಹ್ವಾನಿಸಬೇಕು.

16. ನಿಮ್ಮ ಶಿಬಿರದ ಅಕ್ಕಪಕ್ಕದಲ್ಲಿ ಯಾವುದಾದರೂ ಗುಡ್ಡಗಾಡು, ಹುಲ್ಲಿನಿಂದ ಆವೃತವಾಗಿರುವ ಕೊಳಗಳು, ಜೊಂಡು ತುಂಬಿರುವ ಟೊಳ್ಳಾದ ಕೆರೆಗಳು ಅಥವಾ ಒತ್ತಾಗಿ ಬೇರೂರಿರುವ ಮರಗಳನ್ನು ಎಚ್ಚರಿಕೆಯಿಂದ ಗಮನಿಸಿ. ಈ ಸ್ಥಳಗಳಲ್ಲಿ ಶತ್ರುಗಳು ಹೊಂಚುದಾಳಿಗಾಗಿ ನಿರೀಕ್ಷಿಸುತ್ತಿರುತ್ತಾರೆ ಅಥವಾ ಗೂಢಾಚಾರಿಗಳು ಅಡಗಿರುವ ಸಾಧ್ಯತೆಗಳಿರುತ್ತವೆ.

17. ವೈರಿಯು ನಿಮಗೆ ಹತ್ತಿರವಾಗಿದ್ದೂ ಯುದ್ಧಕ್ಕಿಳಿಯದೇ ಸುಮ್ಮನಿದ್ದಾನೆಂದರೆ ನೈಸರ್ಗಿಕ ಶಕ್ತಿಗಳು ಅವನ ಪರವಾಗಿದೆ ಎಂದರ್ಥ.

18. ಅವನು ಏನೂ ಮಾಡದೇ ಸುಮ್ಮನೇ ನಿಮ್ಮನ್ನು ಯುದ್ಧಕ್ಕೆ ಪ್ರಚೋದಿಸುತ್ತಿದ್ದಾನೆಂದರೆ ಅವನು ಇನ್ನೊಂದೆಡೆಯಿಂದ ಮುಂದುವರೆಯಲು ಸಿದ್ಧನಾಗಿದ್ದಾನೆಂದು ಅರ್ಥ.

19. ಅವನು ತನ್ನ ಶಿಬಿರಕ್ಕೆ ಹತ್ತಿರವಾಗಿದ್ದಾನೆಂದರೆ ಅವನು ಯಾವುದೋ ಬಲೆ ಹೆಣೆಯುತ್ತಿದ್ದಾನೆಂದೇ ಅರ್ಥ.

20. ದಟ್ಟವಾದ ಕಾಡಿನಲ್ಲಿ ವೈರಿಯು ದಟ್ಟವಾದ ಹುಲ್ಲಿನ ಪೊದೆಗಳ ನಡುವೆ ಗುಟ್ಟಾಗಿ ಮುಂದುವರೆಯುತ್ತಿದ್ದಾನೆಂದರೆ, ಅದೊಂದು ಜಾಲ. ನಿಮಗೆ ಅವರ ಮೇಲೆ ಅನುಮಾನ ಬಾರದಿರಲಿ ಎಂಬುದೇ ಅವರ ಉದ್ದೇಶ

21. ಇದ್ದಕ್ಕಿದ್ದಂತೆ ಹಕ್ಕಿಗಳ ಹಾರಾಟ ಆರಂಭವಾಗುವುದೂ ಸಹ ಸಂಚಿನ ಒಂದು ಹಂತ. ಪ್ರಾಣಿ ಸಂಕುಲದ ದಿಢೀರ್ ಓಡಾಟ ಹಠಾತ್ ದಾಳಿ ಸಂಭವಿಸುವ ಸೂಚನೆ.

22. ಹೆಚ್ಚು ಪ್ರಮಾಣದಲ್ಲಿ ಧೂಳು ಮೇಲೇರುತ್ತಿರುವುದು ರಥಗಳು ಅಥವಾ ಶತ್ರುವಿನ ವಾಹನಗಳು ಮುನ್ನುಗ್ಗುತ್ತಿವೆ ಎಂಬುದರ ಸಂಕೇತ. ಧೂಳು ಅಗಲವಾಗಿ ವಿಸ್ತರಿಸುತ್ತಿದ್ದರೆ ಪದಾತಿ ದಳ ಸಮೀಪಿಸುತ್ತಿರುವ ಸೂಚನೆ. ಧೂಳು ಹಲವು ಮಾರ್ಗಗಳಲ್ಲಿ ಹರಡಿದ್ದರೆ ಸೈನ್ಯಕ್ಕೆ ಉರುವಲು ಅಗತ್ಯವಾಗಿದ್ದು ಉರುವಲು ತರಲು ಸೈನ್ಯ ಹೊರಟಿದೆ ಎಂದರ್ಥ. ಮೇಲೇಳುತ್ತಿರುವ ಧೂಳಿನ ಕಣಗಳು, ಶಿಬಿರ ಹೂಡುತ್ತಿರುವುದನ್ನು ಸಂಕೇತಿಸುವುದು.

23. ವಿನಮ್ರ ಪದಗಳು ಮತ್ತು ಹೆಚ್ಚಿನ ಸಿದ್ಧತೆಗಳು, ವೈರಿಯು ಯುದ್ಧಕ್ಕೆ ಮುಂದಾಗಲು ಸಿದ್ಧನಾಗಿರುವ ಸೂಚನೆಯಾಗಿದೆ. ಹಿಂಸಾತ್ಮಕ ಭಾಷೆ ಮತ್ತು ದಾಳಿ ಮಾಡುವ ಹಾಗೆ ಮುಂಬರುವ ರೀತಿಯು, ಅವನು ಹಿಮ್ಮೆಟ್ಟುವ ಸೂಚನೆಯಾಗಿದೆ.

24. ಹಗುರವಾದ ರಥಗಳು ಮೊದಲು ಹೊರಬಂದು ದಾಳಿಗೆ ತನ್ನ ಸ್ಥಾನವನ್ನು ನಿಗದಿಪಡಿಸಿಕೊಂಡರೆ ಇದು ಶತ್ರುಗಳು ಯುದ್ಧಕ್ಕೆ ಸೇನೆಯನ್ನು ಸಿದ್ಧಪಡಿಸುತ್ತಿರುವ ಸಂಕೇತ.

25. ಸಂಧಾನ ಒಪ್ಪಂದಗಳ ಕುರಿತು ಶತ್ರು ಸೈನ್ಯದ ಮುಖ್ಯಸ್ಥ ಒಂಟಿಯಾಗಿ ಬರುತ್ತಿದ್ದಾನೆಂದರೆ ಏನೋ ಒಳಸಂಚು ಸಿದ್ಧವಾಗಿದೆ ಎಂದು ಅರ್ಥೈಸಬೇಕು.

26. ಸೈನಿಕರ ಓಡಾಟ ಜೋರಾಗಿದ್ದು, ತಮ್ಮ ಸ್ಥಾನಕ್ಕೆ ಅನುಗುಣವಾಗಿ ನಿಂತುಕೊಂಡಿದ್ದಾರೆಂದರೆ ಯುದ್ಧ ನಿರ್ಣಾಯಕ ಕ್ಷಣ ಬಂದೇಬಿಟ್ಟಿದೆ ಎಂದರ್ಥ.

27. ಕೆಲವು ಸೈನಿಕರು ಮುಂದೊತ್ತಿ ಬರುತ್ತಿದ್ದಾರೆ ಮತ್ತು ಇನ್ನು ಕೆಲವರು ಯುದ್ಧಕ್ಕೆ ಸಿದ್ಧರಾಗಿಲ್ಲ ಎಂಬ ಭಾವನೆ ನಿಮ್ಮಲ್ಲಿ ಬಂದರೆ ಶತ್ರುಗಳು ನಿಮ್ಮನ್ನು ಮೋಸಗೊಳಿಸುತ್ತಿದ್ದಾರೆ ಎಂದರ್ಥ.

28. ಸೈನಿಕರು ಈಟಿಯನ್ನು ಬಿಟ್ಟು ಇನ್ಯಾವುದೇ ಆಯುಧ ಗಳನ್ನು ಬಳಸುತ್ತಿಲ್ಲ ಎಂದಾದರೆ ಅವರಿಗೆ ಆಹಾರದ ಕೊರತೆ ಎದುರಾಗಿದೆ ಎಂದರ್ಥ.

29. ನೀರನ್ನು ತರಲು ಕಳುಹಿಸಿದವರೇ ತಂದ ನೀರನ್ನು ಕುಡಿದು ಮುಗಿಸಿದ್ದಾರೆಂದರೆ ಇಡೀ ಸೈನ್ಯ ಬಾಯಾರಿಕೆಯಿಂದ ಬಳಲುತ್ತಿದೆ ಎಂದರ್ಥ.

30. ಒಂದು ವೇಳೆ ವೈರಿಯು ತನ್ನ ಲಾಭವನ್ನು ಪಡೆದೂ ಸಹ ಅದನ್ನು ರಕ್ಷಿಸಿಕೊಳ್ಳಲು ಯಾವುದೇ ಶ್ರಮ ಪಡದಿದ್ದರೆ ಅಲ್ಲಿನ ಸೈನಿಕರು ಆಯಾಸಗೊಂಡಿದ್ದಾರೆಂದೇ ಅರ್ಥ.

31. ಪಕ್ಷಿಗಳು ಒಂದು ಸ್ಥಳದಲ್ಲಿ ಒಟ್ಟಾಗಿ ಸೇರಿದ್ದರೆ ಆ ಸ್ಥಳ ಆಕ್ರಮಣಗೊಂಡಿಲ್ಲ ಎಂದರ್ಥ. ಇರುಳಿನಲ್ಲಿ ಗಲಭೆ ಏಳುವ ಯೋಜನೆಯೂ ಇರಬಹುದು.

32. ಸೇನಾ ಶಿಬಿರದಲ್ಲಿ ಗೊಂದಲಗಳಿದ್ದರೆ ಸೇನಾಪತಿ ಸೇರಿದಂತೆ ಅಧಿಕಾರಿ ವರ್ಗ ಬಲಹೀನವಾಗಿದೆ ಎಂದರ್ಥ. ಸೇನಾ ಧ್ವಜಗಳನ್ನು ಸ್ಥಳಾಂತರಿಸಿದರೆ ಯಾರೋ ರಾಜದ್ರೋಹವಾಗಿದೆ ಎಂದರ್ಥ. ಅಧಿಕಾರಿಗಳು ಕೋಪದಿಂದಿದ್ದರೆ, ಅಲ್ಲಿನ ಮಂದಿ ಅಸಹನೆಯಿಂದಿದ್ದಾರೆ ಎಂದರ್ಥ.

33. ಕುದುರೆಗಳಿಗೆ ಆಹಾರವಾಗಿ ಧಾನ್ಯಗಳನ್ನು ನೀಡುವುದು, ಆಹಾರಕ್ಕಾಗಿ ಹಸುಗಳನ್ನು ಕೊಲ್ಲುವುದು ಮತ್ತು ಅಡುಗೆ ಪಾತ್ರೆಗಳನ್ನು ಬೆಂಕಿಯ ಮೇಲೆ ಇಡುವುದು ಇವೆಲ್ಲವೂ ಅವರು ಶಿಬಿರಗಳಿಗೆ ಹಿಂತಿರುಗುವುದಿಲ್ಲ ಮತ್ತು ಅವರು ಮರಣದವರೆಗೂ ಹೋರಾಡಲು ನಿರ್ಧರಿಸಿದ್ದಾರೆ ಎಂದು ನೀವು ತಿಳಿಯಬಹುದು.

34. ಸೈನಿಕರು ಸಣ್ಣ ಸಣ್ಣ ಗುಂಪುಗಳಾಗಿ ಪಿಸುಗುಡುತ್ತಿದ್ದರೆ, ಅವರು ಉನ್ನತಾಧಿಕಾರಿಗಳು ಮತ್ತು ಕೆಲ ವ್ಯಕ್ತಿಗಳ ಬಗ್ಗೆ ಅಪನಂಬಿಕೆ ಹೊಂದಿದ್ದಾರೆಂದೇ ಅರ್ಥ.

35. ಮೇಲಿಂದ ಮೇಲೆ ಬಹುಮಾನಗಳನ್ನು ನೀಡುತ್ತಿದ್ದರೆ, ಶತ್ರುವು ತನ್ನ ಸಂಪನ್ಮೂಲಗಳ ಕೊನೆಯ ಹಂತದಲ್ಲಿದ್ದಾನೆ ಎಂದರ್ಥ. ಹೆಚ್ಚು ಹೆಚ್ಚು ಶಿಕ್ಷೆಗಳನ್ನು ನೀಡುತ್ತಿದ್ದರೆ, ಶತ್ರು ಸೈನ್ಯವು ಗಂಭೀರ ಸ್ಥಿತಿಯಲ್ಲಿದೆ ಎಂದು ಸೂಚಿಸುವುದು.

36. ತಾನೇ ಯುದ್ಧಕ್ಕೆ ಮೊದಲು ಪ್ರಚೋದಿಸಿ, ಶತ್ರುಗಳ ಸಂಖ್ಯೆಯನ್ನು ನೋಡಿ ಭಯಪಡುವವನು ಆತ್ಮವಿಶ್ವಾಸದ ಕೊರತೆ ಯಿಂದ ಬಳಲುತ್ತಿದ್ದಾನೆಂದು ಅರ್ಥ.

37. ತಾವೇ ಮುಂದಾಗಿ ದೂತರನ್ನು ಕಳಿಸಿದರೆ ಸಂಧಾನಕ್ಕೆ ಕಳಿಸಿದ್ದಾರೆಂದೇ ಅರ್ಥ.

38. ಶತ್ರುಗಳ ಸೈನ್ಯವು ಕೋಪದಿಂದ ಮುನ್ನುಗ್ಗಿ, ಯುದ್ಧ ಮಾಡದೇ ಸುಮ್ಮನಿದ್ದಾರೆಂದರೆ, ಪುನಃ ತಮ್ಮೊಳಗೆ ಮಂತ್ರಾಲೋಚನೆ ಮಾಡಿಕೊಳ್ಳುತ್ತಿದ್ದರೆ, ಅದನ್ನು ಬಹಳ ಎಚ್ಚರಿಕೆಯಿಂದ ಗಮನಿಸಿ. ತುಂಬಾ ಜಾಗರೂಕರಾಗಿರಿ.

39. ನಿಮ್ಮ ಸೈನ್ಯವು ಶತ್ರು ಸೈನ್ಯಕ್ಕಿಂತ ಹೆಚ್ಚಿನ ಸಂಖ್ಯೆಯಲ್ಲಿಲ್ಲ ದಿದ್ದರೆ, ನೇರ ದಾಳಿಗಿಳಿಯದೇ ನಿಮ್ಮ ಶಕ್ತಿಯನ್ನು ಕಾಯ್ದಿಟ್ಟು ಕೊಳ್ಳಬೇಕು. ಎದುರಾಳಿ ಸೈನ್ಯವನ್ನು ಜಾಗರೂಕರಾಗಿ ಗಮನಿಸಬೇಕು ಮತ್ತು ಅಗತ್ಯ ಬಲವರ್ಧನೆ ಮಾಡಿಕೊಳ್ಳಬೇಕು.

40. ಮುಂದಾಲೋಚನೆಯಿಲ್ಲದೇ ಎದುರಾಳಿಯ ಮೇಲೆ ದಾಳಿಗೆ ಮುಂದಾದರೆ ಅವನು ಖಂಡಿತವಾಗಿಯೂ ಸೆರೆಯಾಗುತ್ತಾನೆ.

41. ಸೈನಿಕರು ನಿಮ್ಮೊಡನೆ ಸಮರ್ಪಕ ಬಾಂಧವ್ಯ ಬೆಳೆಸಿಕೊಳ್ಳದೇ ನಿಮ್ಮಿಂದ ಶಿಕ್ಷೆಗೊಳಗಾದರೆ, ನೀವು ಮತ್ತೊಮ್ಮೆ ಅವರಿಂದ ವಿಧೇಯತೆ ನಿರೀಕ್ಷಿಸಲು ಅಸಾಧ್ಯ. ಸೈನಿಕರು ಅವಿಧೇಯರಾಗಿದ್ದರೆ ಯುದ್ಧದಲ್ಲಿ ನಿಮ್ಮ ಮಾತು ಕೇಳಲಾರರು. ಅಕಸ್ಮಾತ್ ನಿಮ್ಮೊಡನೆ ಸಮರ್ಪಕ ಬಾಂಧವ್ಯ ಬೆಳೆದ ನಂತರವೂ ತಪ್ಪಿತಸ್ಥ ಸೈನಿಕರಿಗೆ ಶಿಕ್ಷೆ ವಿಧಿಸದಿದ್ದರೆ ಅವರೂ ಸಹ ಅನುಪಯುಕ್ತರಾಗುತ್ತಾರೆ.

42. ಮೊದಲು ಮಾನವೀಯ ಗುಣಗಳಿಂದ ಸೈನಿಕರ ಮನವೊಲಿಸಿಕೊಳ್ಳಬೇಕು. ಅವರನ್ನು ವಿಶ್ವಾಸಕ್ಕೆ ತೆಗೆದುಕೊಳ್ಳಬೇಕು. ಆದರೆ ಕಠಿಣವಾದ ಶಿಸ್ತಿನಲ್ಲಿಯೇ ಇಡಬೇಕು.

43. ಸೈನಿಕರು ಪ್ರತಿದಿನದ ತರಬೇತಿ ವೇಳೆಯಲ್ಲಿ ತರಬೇತುದಾರರ ಮಾತುಗಳನ್ನು ಒಂದೇ ಮನಸ್ಸಿನಿಂದ ಕೇಳುತ್ತಾ ಅವರ ಆದೇಶಗಳನ್ನು ಸಮರ್ಪಕವಾಗಿ ಪಾಲಿಸುತ್ತಿದ್ದರೆ, ಮುಖಂಡನ ಕಮಾಂಡ್‌ಗಳನ್ನು ಒಂದೇ ಧ್ವನಿಯಲ್ಲಿ ಅಂಗೀಕರಿಸುತ್ತಿದ್ದರೆ ಆ ಸೇನೆ ಶಿಸ್ತುಬದ್ಧವಾಗಿದೆ ಎಂದರ್ಥ. ಇಲ್ಲವಾದಲ್ಲಿ ಆ ಸೇನೆಯಲ್ಲಿ ಶಿಸ್ತಿನ ಕೊರತೆ ಇದೆ ಎಂದರ್ಥ.

44. ಸೇನಾಪತಿಯು ತನ್ನ ಸೈನಿಕರ ಮೇಲೆ ಅಪಾರವಾದ ವಿಶ್ವಾಸ ತೋರಿ, ಯಾವಾಗಲೂ ತನ್ನ ಆದೇಶಗಳನ್ನು ಪಾಲಿಸುವಂತೆ ಒತ್ತಡ ಹೇರುತ್ತಿದ್ದರೆ ಅದು ಗೆಲುವಿಗೆ ಮುನ್ನುಡಿಯಾಗಿರುತ್ತದೆ.

ಅಧ್ಯಾಯ 10: ಭೂಪ್ರದೇಶ

1. ಸನ್ ತ್ಸು ಅಭಿಮತದಂತೆ ನಾವು ಭೂಪ್ರದೇಶವನ್ನು ಆರು ರೀತಿಯಾಗಿ ವಿಂಗಡಿಸಬಹುದು:

(1) ಸುಲಭವಾಗಿ ಪ್ರವೇಶಿಸಬಹುದಾದ ಪ್ರದೇಶ.

(2) ಮೈದಾನ ಪ್ರದೇಶ.

(3) ತಾತ್ಕಾಲಿಕವಾಗಿ ನೆಲೆ ನಿಲ್ಲಬಹುದಾದ ಪ್ರದೇಶ.

(4) ಕಿರಿದಾದ ಹಾದಿಗಳು.

(5) ಪ್ರಪಾತದಂತಹ ಎತ್ತರಗಳು.

(6) ಶತ್ರುಗಳಿಂದ ಬಹಳ ದೂರದಲ್ಲಿರುವ ಸ್ಥಾನಗಳು.

2. ಎರಡೂ ಕಡೆಗಳಿಂದ ಮುಕ್ತವಾಗಿ ಹಾದು ಹೋಗಬಹುದಾದುದು 'ಸುಲಭವಾಗಿ ಪ್ರವೇಶಿಸಬಹುದಾದ ಪ್ರದೇಶ'.

3. ಇಂತಹ ಪ್ರದೇಶಗಳಲ್ಲಿ ಶತ್ರುಗಳಿಗಿಂತ ಮುಂಚಿತವಾಗಿ ಹಾಜರಿದ್ದು, ಬಿಸಿಲಿನ ತಾಣಗಳನ್ನು ಆಯ್ದು ಆಕ್ರಮಿಸಿಕೊಳ್ಳಬೇಕು. ನಿಮಗೆ ಅಗತ್ಯವಿರುವ ಸಾಮಗ್ರಿಗಳನ್ನು ಪೂರೈಸಬಲ್ಲ ಮಾರ್ಗವನ್ನು ಎಚ್ಚರಿಕೆಯಿಂದ ಕಾಯಬೇಕು. ಇದು ಯುದ್ಧದಲ್ಲಿ ನಿಮಗೆ ಅನುಕೂಲಕರವಾಗಿ ಪರಿಣಮಿಸುತ್ತದೆ.

4. ಮೈದಾನ ಪ್ರದೇಶಗಳನ್ನು ಬಿಟ್ಟುಕೊಡುವುದು ಸುಲಭ. ಆದರೆ ಪುನಃ ಆಕ್ರಮಿಸಲು ಕಷ್ಟಸಾಧ್ಯ.

5. ವೈರಿಯು ಸಿದ್ಧವಿಲ್ಲದಾಗ ಮಾತ್ರ ಅಂದರೆ ವೈರಿಯ ಮೇಲೆ ಅನಿರೀಕ್ಷಿತ ದಾಳಿಗೆ ನೀವು ಸಂಚು ರೂಪಿಸಿದ್ದರೆ ಮಾತ್ರ ಮೈದಾನ ಪ್ರದೇಶಗಳಲ್ಲಿ ಯುದ್ಧ ನಡೆಸಬಹುದು. ಆದರೆ ವೈರಿ ಸಿದ್ಧವಾಗಿದ್ದ

ಸಂದರ್ಭಗಳಲ್ಲಿ ಮೈದಾನ ಪ್ರದೇಶ ಯುದ್ಧದಲ್ಲಿ ನಿಮಗೆ ಸೋಲಿನ ಸಾಧ್ಯತೆ ಹೆಚ್ಚಿರುತ್ತದೆ. ನೀವು ಯುದ್ಧದಿಂದ ಹಿಮ್ಮೆಟ್ಟುವುದೂ ಸಹ ಅಸಾಧ್ಯವಾಗಿ ದುರಂತ ಸಂಭವಿಸುತ್ತದೆ.

6. ಎರಡೂ ಕಡೆಯ ಸೈನ್ಯಕ್ಕೂ ಮೊದಲ ದಾಳಿಯಿಂದ ಲಾಭವಿರುವ ಪ್ರದೇಶವೆಂದರೆ ತಾತ್ಕಾಲಿಕವಾಗಿ ನೆಲೆ ನಿಲ್ಲಬಹುದಾದ ಪ್ರದೇಶ.

7. ಈ ರೀತಿಯ ಪ್ರದೇಶದಲ್ಲಿ ಶತ್ರುಗಳ ಸುಲಭವಾದ ತಂತ್ರಗಾರಿಕೆಯಿಂದ ನಮಗೆ ಲಾಭವಾಗುವಂತಿದ್ದರೂ ಯುದ್ಧ ಮುಂದುವರಿದಂತೆ ಆ ತಂತ್ರಗಾರಿಕೆಯ ಲಾಭದಿಂದ ನಮಗೆ ಯಾವುದೇ ಪ್ರಯೋಜನವಿರುವುದಿಲ್ಲ. ಬದಲಿಗೆ ಯುದ್ಧದಲ್ಲಿ ನಮಗೆ ಹಿನ್ನಡೆಯುಂಟಾಗಬಹುದು. ಮೊದಲು ತನ್ನ ತಂತ್ರಗಾರಿಕೆಯ ಸುಳಿವನ್ನು ಬಿಟ್ಟುಕೊಡುವ ಎದುರಾಳಿಯ ಮುಂದಿನ ನಡೆಯನ್ನು ತಾಳ್ಮೆಯಿಂದ ಕಾಯಬೇಕು. ಶತ್ರುವಿನ ಸೇನೆ ಸಂಪೂರ್ಣವಾಗಿ ಹೊರಬಂದಾಗ ನಾವು ದಾಳಿ ನಡೆಸಬೇಕು. ಆಗ ನಾವು ನಮ್ಮ ಮೇಲೆ ಆಗುವ ದಾಳಿಯಿಂದ ತಪ್ಪಿಸಿಕೊಳ್ಳಬಹುದು.

8. ಕಿರಿದಾದ ಹಾದಿಗಳನ್ನು ಮೊದಲು ನೀವು ಆಕ್ರಮಿಸಿಕೊಂಡರೆ ಆ ಹಾದಿಗಳಿಗೆ ಪ್ರಬಲ ರಕ್ಷಣೆ ನೀಡಿ ಶತ್ರು ಪಾಳೆಯದ ಆಗಮನಕ್ಕಾಗಿ ನಿರೀಕ್ಷಿಸಿ.

9. ಅಕಸ್ಮಾತ್ ನಿಮಗಿಂತ ಮುಂಚೆಯೇ ಆ ಹಾದಿಯನ್ನು ಶತ್ರು ಸೈನ್ಯವು ಆಕ್ರಮಿಸಿಕೊಂಡಿದ್ದರೆ ಮತ್ತು ಆ ಹಾದಿಗೆ ಪ್ರಬಲ ರಕ್ಷಣೇ ನೀಡಿದ್ದರೆ ಆ ಹಾದಿಯಲ್ಲಿ ಮುನ್ನುಗ್ಗಬೇಡಿ. ರಕ್ಷಣೆ ಬಲಹೀನವಾಗಿದ್ದರೆ ಮಾತ್ರ ಮುನ್ನುಗ್ಗಿ.

10. ಪ್ರಪಾತಗಳಿರುವ ಎತ್ತರ ಪ್ರದೇಶವನ್ನು ನೀವು ಮೊದಲು ಆಕ್ರಮಿಸಿಕೊಂಡಿದ್ದರೆ, ಬಿಸಿಲಿರುವ ತಾಣಗಳನ್ನು ಆಯ್ದುಕೊಳ್ಳಿ. ಶತ್ರು ಸೈನ್ಯ ಮೇಲೇರಿ ಬರಲು ಕಾಯಿರಿ.

11. ಒಂದು ವೇಳೆ ವೈರಿಯು ನಿಮಗೆ ಮುಂಚಿತವಾಗಿ ಅವುಗಳನ್ನು ಆಕ್ರಮಿಸಿದರೆ, ಅವನನ್ನು ಅನುಸರಿಸಬೇಡಿ. ಬದಲಿಗೆ ಅವನಿಂದ ಹಿಮ್ಮೆಟ್ಟಿ ಯುದ್ಧದಿಂದ ಪರಾರಿಯಾಗಿರುವಂತೆ ತೋರಿಸಿಕೊಳ್ಳಿ. ಈ ಮೂಲಕ ಅವನು ನಿಮ್ಮನ್ನು ಬೆನ್ನಟ್ಟುವ ಪ್ರಲೋಭನೆಗೊಳಪಡಿಸಿ.

12. ಒಂದು ವೇಳೆ ನೀವು ಶತ್ರುವಿನಿಂದ ಬಹಳ ದೂರದಲ್ಲಿ ನೆಲೆಗೊಂಡಿದ್ದು, ಎರಡೂ ಸೈನ್ಯಗಳ ಬಲವು ಸಮನಾಗಿದ್ದರೆ, ಆಗ ಯುದ್ಧವನ್ನು ಪ್ರಚೋದಿಸುವುದು ಅಷ್ಟು ಸುಲಭವಲ್ಲ ಮತ್ತು ಹೋರಾಟವು ನಿಮ್ಮ ಸೋಲಿಗೆ ಕಾರಣವಾಗುವುದು.

13. ಈ ಆರು ತತ್ವಗಳು ಯುದ್ಧಭೂಮಿಗೆ ಸಂಬಂಧಿಸಿವೆ. ಜವಾಬ್ದಾರಿಯುತ ಸ್ಥಾನವನ್ನು ಗಳಿಸಿದ ಸೇನಾಪತಿಯು, ಅವನ್ನು ಅಧ್ಯಯನ ಮಾಡುವಲ್ಲಿ ಎಚ್ಚರಿಕೆಯಿಂದ ಇರಬೇಕು.

14. ಈಗ ಸೈನ್ಯವು ಆರು ವಿಕೋಪಗಳಿಗೆ ತುತ್ತಾಗಬಹುದಾದ ಅಂಶಗಳಾವುವು ನೋಡೋಣ. ಅವು ನೈಸರ್ಗಿಕ ಕಾರಣಗಳಿಂದ ಉಂಟಾಗುವುದಿಲ್ಲ, ಆದರೆ ಸೇನಾಪತಿಯ ಬೇಜವಾಬ್ದಾರಿಯಿಂದ ಈ ವಿಕೋಪಗಳು ಉಂಟಾಗುವುದು.

ಅವುಗಳು: (1) ಹಾರಾಟ (2) ಅವಿಧೇಯತೆ (3) ಕುಸಿತ (4) ವಿನಾಶ (5) ಅಸ್ತವ್ಯಸ್ತತೆ (6) ಸೋಲು

15. ಎರಡೂ ಸೈನ್ಯವೂ ಸಮಬಲ ಹೊಂದಿದ್ದು, ಎದುರಾಳಿಯ ಸೈನ್ಯದ ಒಂದು ಶಕ್ತಿಗೆ ವಿರುದ್ಧವಾಗಿ ಹತ್ತುಪಟ್ಟು ಶಕ್ತಿಯನ್ನು ಪ್ರಯೋಗಿಸಿದರೆ, ಒಂದು ವೇಳೆ ಒಂದು ಶಕ್ತಿಯನ್ನು ಮತ್ತೊಂದು ಶಕ್ತಿಯ ವಿರುದ್ಧ ಹತ್ತು ಪಟ್ಟು ಹೆಚ್ಚಾಗಿ ಎಸೆಯಲ್ಪಟ್ಟರೆ, ಅದು ಅನಾವಶ್ಯಕವಾದ ಹಾರಾಟ ಎನಿಸುತ್ತದೆ.

16. ಸಾಮಾನ್ಯ ಸೈನಿಕರು ತುಂಬಾ ಬಲವಂತರಾಗಿದ್ದು, ಅವರ ಅಧಿಕಾರಿಗಳು ಬಲಹೀನರಾಗಿದ್ದರೆ, ಸೈನಿಕರು ಅಧಿಕಾರಿಗಳೊಂದಿಗೆ ಅವಿಧೇಯತೆಯಿಂದ ವರ್ತಿಸುತ್ತಾರೆ. ಇದರಿಂದ ಸೇನೆಯಲ್ಲಿ ಶಿಸ್ತು ನಾಶವಾಗುತ್ತದೆ. ಅಧಿಕಾರಿಗಳು ಹೆಚ್ಚು ಬಲವಂತರಾಗಿದ್ದು, ಸಾಮಾನ್ಯ ಸೈನಿಕರು ಬಲಹೀನರಾಗಿದ್ದರೆ, ಅಧಿಕಾರಿಗಳು ನಡೆಸುವ ದೌರ್ಜನ್ಯದಿಂದ ಸೇನೆಯ ತಾಕತ್ತಿನಲ್ಲಿ ಕುಸಿತ ಕಂಡುಬರುತ್ತದೆ.

17. ಉನ್ನತ ಅಧಿಕಾರಿಗಳು ಕೋಪಗೊಂಡು ಸೇನಾಪತಿಗೆ ಅವಿಧೇಯರಾಗಿದ್ದರೆ ಮತ್ತು ಅದೇ ಅಸಮಾಧಾನದಲ್ಲಿ ಶತ್ರುವನ್ನು ತನ್ನಿಚ್ಛೆಯಂತೆ ಎದುರಿಸಲು ಹೊರಟರೆ ಯುದ್ಧದಲ್ಲಿ ಸೋಲು ಶತಃಸಿದ್ಧ. ಇದೇ ಸೇನೆಯಲ್ಲಿನ ಅಸ್ತವ್ಯಸ್ತತೆ. ಸೇನಾಪತಿ ಯುದ್ಧಕ್ಕೆ ಸೈನ್ಯ ಸಿದ್ಧವಾಗಿದೆಯೇ ಇಲ್ಲವೇ ಎಂಬುದನ್ನು ತೀರ್ಮಾನಿಸುವ ಮೊದಲೇ ಇದರಿಂದ ವಿನಾಶ ಉಂಟಾಗಿರುತ್ತದೆ.

18. ಸೇನಾಪತಿಯು ಬಲಹೀನನಾಗಿದ್ದು ಯಾವುದೇ ಅಧಿಕಾರವಿಲ್ಲದವನಾಗಿದ್ದರೆ, ದುರ್ಬಲನಾಗಿದ್ದರೆ, ಅವನ ಆದೇಶಗಳು ಅಸ್ಪಷ್ಟವಾಗಿದ್ದರೆ, ಅಧಿಕಾರಿಗಳು ಮತ್ತು ಸೈನಿಕರಿಗೆ ನಿಗದಿತ ಕರ್ತವ್ಯಗಳನ್ನು ನಿಯೋಜಿಸದಿದ್ದರೆ, ಅಸಂಬದ್ಧ ರೀತಿಯಲ್ಲಿ ಶ್ರೇಣಿಗಳ ರಚನೆಯಾದರೆ ಸೇನೆ ಅವ್ಯವಸ್ಥೆಯ ಆಗರವಾಗುವುದು.

19. ಸೇನಾಪತಿಗೆ ಶತ್ರುಗಳ ಶಕ್ತಿಯನ್ನು ಅಂದಾಜಿಸಲು ಸಾಧ್ಯವಾಗದೇ, ದೊಡ್ಡ ಸೇನೆಯನ್ನು ಎದುರಿಸಲು ಸಣ್ಣ

ತುಕಡಿಯನ್ನು ಕಳುಹಿಸಿದರೆ, ಬಲಶಾಲಿಯಾಗಿರುವವರ ಮೇಲೆ ದುರ್ಬಲವಾದ ಅಸ್ತ್ರಗಳನ್ನು ಪ್ರಯೋಗಿಸಿದರೆ ಅತ್ಯುತ್ತಮ ಶ್ರೇಣಿಯ ಸೈನಿಕರನ್ನು ನಿರ್ಲಕ್ಷಿಸುವುದರ ಫಲಿತಾಂಶ ಯುದ್ಧ ವೈಫಲ್ಯವೇ ಆಗಿರುತ್ತದೆ.

20. ಇವು ಸೈನ್ಯವನ್ನು ಯುದ್ಧದಲ್ಲಿ ಸೋಲಿಸಬಲ್ಲ ಪ್ರಮುಖ ಆರು ಅಂಶಗಳಾಗಿವೆ. ಸೇನೆಯ ಜವಾಬ್ದಾರಿ ವಹಿಸಿಕೊಂಡಿರುವ ಸೇನಾಪತಿಯು ಈ ಅಂಶಗಳನ್ನು ಎಚ್ಚರಿಕೆಯಿಂದ ಗಮನಿಸಬೇಕು.

21. ದೇಶದ ಸ್ವಾಭಾವಿಕ ರಚನೆಯು, ಸೈನ್ಯಕ್ಕೆ ಅನುಕೂಲ ಕರವಾಗಿ ಪರಿಣಮಿಸಬಹುದು. ಆದರೆ ಎದುರಾಳಿಯ ಶಕ್ತಿಯನ್ನು ಅಂದಾಜಿಸುವುದು, ಗೆದ್ದ ಸೈನ್ಯವನ್ನು ನಿಯಂತ್ರಿಸುವುದು, ತೊಂದರೆಗಳ ಪರಿಹಾರದ ಕುರಿತು ಸಮರ್ಪಕ ತೀರ್ಮಾನಕ್ಕೆ ಬರುವುದು, ಅಪಾಯಗಳು ಮತ್ತು ಶತ್ರು ಪಾಳೆಯದ ದೂರದ ಲೆಕ್ಕಾಚಾರದ ಮೇಲೆ ಗಮನವಿಡುವುದು ಒಬ್ಬ ಸೇನಾಪತಿಯ ಸಾಮರ್ಥ್ಯಕ್ಕೆ ಪರೀಕ್ಷೆಯನ್ನು ತಂದೊಡ್ಡುತ್ತವೆ.

22. ಈ ವಿಷಯುಗಳನ್ನು ತಿಳಿದಿರುವವನು ಮತ್ತು ಹೋರಾಟದಲ್ಲಿ ಅಪರಿಮಿತ ಜ್ಞಾನವನ್ನು ಹೊಂದಿರುವವವನು, ತನ್ನ ಕದನಗಳಲ್ಲಿ ಗೆಲುವನ್ನು ಪಡೆಯುವನು. ಇಲ್ಲವಾದರೆ ಸೋಲನ್ನನುಭವಿಸುವನು.

23. ಹೋರಾಟದಲ್ಲಿ ಗೆಲುವಿನ ಸಾಧ್ಯತೆ ಖಚಿತವಾಗಿದ್ದರೆ, ಸಾರ್ವಭೌಮನು ಹೋರಾಟ ನಿಷೇಧಿಸಿದರೂ ಸಹ ನೀವು ಖಂಡಿತವಾಗಿ ಹೋರಾಡಬೇಕು. ಒಂದು ವೇಳೆ ಗೆಲುವಿನ ಸಾಧ್ಯತೆ ಇರದಿದ್ದರೆ, ಸಾರ್ವಭೌಮನ ಅಪ್ಪಣೆ ನೀಡಿದರೂ ನೀವು ಹೋರಾಡಬಾರದು.

24. ಖ್ಯಾತಿಯನ್ನು ಅಪೇಕ್ಷಿಸದೇ ಮತ್ತು ಪದಚ್ಯುತಿಯ ಭಯವಿಲ್ಲದೇ ಮುಂದುವರೆಯುವ ಸೇನಾಪತಿಯು ಕೇವಲ ತನ್ನ ದೇಶವನ್ನು ರಕ್ಷಿಸುವುದು ಮತ್ತು ತನ್ನ ಸಾರ್ವಭೌಮನಿಗೆ ಉತ್ತಮ ಸೇವೆಯನ್ನು ನೀಡುವುದರ ಬಗ್ಗೆ ಮಾತ್ರ ಆಲೋಚಿಸುತ್ತಾನೆ. ಅವನು ಸಾಮ್ರಾಜ್ಯದ ಅನರ್ಘ್ಯರತ್ನವಾಗಿರುತ್ತಾನೆ.

25. ನಿಮ್ಮ ಸೈನಿಕರನ್ನು ನಿಮ್ಮ ಮಕ್ಕಳನ್ನಾಗಿ ಪರಿಗಣಿಸಿ, ವಿಶ್ವಾಸಕ್ಕೆ ತೆಗೆದುಕೊಳ್ಳಿ. ಆಗ ಅವರು ಆಳವಾದ ಕಣಿವೆಗಳಿಗಾದರೂ ನಿಮ್ಮನ್ನು ಅನುಸರಿಸುವರು. ಅವರನ್ನು ನಿಮ್ಮ ಸ್ವಂತ ಮಕ್ಕಳಂತೆ ಕಂಡರೆ ಅವರು ಸಾವಿಗೂ ಹೆದರದೇ ನಿಮಗೆ ಜೊತೆಯಾಗುವರು.

26. ಹಾಗೆಂದು ನೀವು ವಿಪರೀತ ಸದರ ನೀಡಿದರೆ, ನಿಮ್ಮ ಅಧಿಕಾರವನ್ನು ನೀವು ಸಮರ್ಪಕವಾಗಿ ಚಲಾಯಿಸದಿದ್ದರೆ ಸೈನಿಕರ ಮೇಲೆ ಅತಿಯಾದ ಪ್ರೀತಿ ತೋರಿಸಲುಹೋಗಿ ಅಗತ್ಯ ಆಜ್ಞೆಗಳನ್ನು ನೀಡದೇ ಅಸಮರ್ಥರಾದರೆ ಅವರು ದಾರಿತಪ್ಪಿದ ಮಕ್ಕಳಾಗುವರು. ಅವರು ಯಾವುದೇ ಪ್ರಾಯೋಗಿಕ ಉದ್ದೇಶಕ್ಕಾಗಿ ಅನುಪಯುಕ್ತ ರಾಗಿರುತ್ತಾರೆ.

27. ಒಂದು ವೇಳೆ ನಮ್ಮ ಸೈನ್ಯ ದಾಳಿ ಮಾಡುವ ಸ್ಥಿತಿಯಲ್ಲಿದೆ ಯೆಂದು ನಮಗೆ ತಿಳಿದಿದ್ದು, ಶತ್ರುಗಳು ದಾಳಿಗಾಗಿ ಸಿದ್ಧರಿಲ್ಲ ಎಂಬುದನ್ನು ತಿಳಿಯದಿದ್ದರೆ ನಾವು ಅರ್ಧ ಗೆಲುವನ್ನು ಸಾಧಿಸಿದ್ದೇವೆಂದು ಅರ್ಥ.

28. ಒಂದು ವೇಳೆ ಶತ್ರುಗಳು ದಾಳಿಗಾಗಿ ಸಿದ್ಧರಾಗಿರುವುದನ್ನು ನಾವು ತಿಳಿದಿದ್ದು, ನಮ್ಮ ಮಂದಿ ದಾಳಿ ಮಾಡುವ ಸ್ಥಿತಿಯಲ್ಲಿ ಇಲ್ಲದಿರುವುದನ್ನು ಶತ್ರು ಸೈನ್ಯ ತಿಳಿಯದಿದ್ದರೆ, ಆಗಲೂ ಸಹ ನಾವು ಅರ್ಧ ಗೆಲುವನ್ನು ಸಾಧಿಸಿರುತ್ತೇವೆ.

29. ಒಂದು ವೇಳೆ ಶತ್ರುಗಳು ದಾಳಿಗಾಗಿ ಸಿದ್ಧರಾಗಿರುವುದನ್ನು ನಾವು ತಿಳಿದಿದ್ದು, ನಮ್ಮ ಮುಂದಿ ದಾಳಿ ಮಾಡುವ ಸ್ಥಿತಿಯಲ್ಲಿರುವುದನ್ನು ಶತ್ರುಗಳು ತಿಳಿದಿದ್ದು, ಯುದ್ಧ ನಡೆಯುವ ಸ್ಥಳದ ಬಗ್ಗೆ ಸಮರ್ಪಕ ಮಾಹಿತಿ ಇರದಿದ್ದರೆ ಈಗಲೂ ನಾವು ಅರ್ಧ ಗೆಲುವನ್ನು ಸಾಧಿಸಿರುತ್ತೇವೆ.

30. ಆದ್ದರಿಂದ ಒಮ್ಮೆ ಯುದ್ಧದಲ್ಲಿ ಭಾಗವಹಿಸಿ ಅನುಭವವಿರುವ ಸೈನಿಕನು ಎಂದಿಗೂ ದಿಗ್ಭ್ರಮೆಗೊಳ್ಳುವುದಿಲ್ಲ. ಒಮ್ಮೆ ಅವನು ಶಿಬಿರವನ್ನು ದಟಿ ಹೊರಬಂದರೆ ಅವನೆಂದಿಗೂ ಸೋಲುವುದಿಲ್ಲ.

31. ಆದ್ದರಿಂದಲೇ ಒಂದು ವೇಳೆ ನೀವು ನಿಮ್ಮ ಬಗ್ಗೆ ಮತ್ತು ಶತ್ರುವಿನ ಬಗ್ಗೆ ಸಮರ್ಪಕವಾಗಿ ತಿಳಿದಿದ್ದರೆ ಗೆಲುವು ಯಾವುದೇ ಅನುಮಾನವಿಲ್ಲದೇ ದೊರಕುತ್ತದೆ. ನಿಮಗೆ ಸ್ವರ್ಗ ಮತ್ತು ಭೂಮಿಯ ಬಗ್ಗೆ ಸಮರ್ಪಕವಾಗಿ ತಿಳಿದಿದ್ದರೆ ನಿಮ್ಮ ಗೆಲುವು ಪರಿಪೂರ್ಣವಾಗುತ್ತದೆ.

ಅಧ್ಯಾಯ 11: ಒಂಬತ್ತು ಸಂದರ್ಭಗಳು

1. ಸನ್ ತ್ಸು ಅವರು ಯುದ್ಧಕ್ಕಾಗಿ ಒಂಬತ್ತು ವಿವಿಧ ಪ್ರದೇಶಗಳನ್ನು ಗುರುತಿಸಿದ್ದಾರೆ. ಅವುಗಳೆಂದರೆ

(1) ಚದುರಿದಂತಿರುವ ಪ್ರದೇಶ.

(2) ಸುಲಭವಾದ ಮತ್ತು ಯುದ್ಧಕ್ಕೆ ಸದಾ ಸಿದ್ಧವಾಗಿರುವ ಪ್ರದೇಶ.

(3) ವಿವಾದಾತ್ಮಕ ಪ್ರದೇಶ.

(4) ತೆರೆದ ಪ್ರದೇಶ.

(5) ಹೆದ್ದಾರಿಗಳನ್ನು ಭೇದಿಸುವ ಪ್ರದೇಶ.

(6) ಗಂಭೀರ ಪ್ರದೇಶ.

(7) ಕಠಿಣವಾದ ಪ್ರದೇಶ.

(8) ನೆಲದಲ್ಲಿ ನುಸುಳಬಹುದಾದ ಪ್ರದೇಶ

(9) ಹತಾಶವಾದ ಪ್ರದೇಶ

2. ದಳವಾಯಿಯು ತನ್ನದೇ ಪ್ರಾಂತ್ಯದಲ್ಲಿ ಹೋರಾಡುತ್ತಿದ್ದರೆ ಅದು ಚದುರಿದಂತಿರುವ ಪ್ರದೇಶವಾಗಿರುತ್ತದೆ.

3. ಅವನು ಸಮೀಪದಲ್ಲಿರುವ ಶತ್ರುವಿನ ಪ್ರಾಂತ್ಯದೊಳಕ್ಕೆ ನುಗ್ಗಿ ಬರುತ್ತಿದ್ದರೆ ಅದು ಸುಲಭವಾದ ಮತ್ತು ಯುದ್ಧಕ್ಕೆ ಸದಾ ಸಿದ್ಧವಾಗಿರುವ ಪ್ರದೇಶವಾಗಿರುತ್ತದೆ.

4. ಎರಡೂ ಕಡೆಯವರು ಒಂದು ಪ್ರದೇಶದ ಸ್ವಾಧೀನಕ್ಕಾಗಿ ಕಿತ್ತಾಡುವಂತಿರುವ ಪ್ರದೇಶದಲ್ಲಿ ಯುದ್ಧ ನಡೆದರೆ ಅದೇ ವಿವಾದಾತ್ಮಕ ಪ್ರದೇಶವಾಗಿರುತ್ತದೆ.

5. ಎರಡೂ ಕಡೆಯವರಿಗೆ ಒಂದು ಜಾಗದ ಮೇಲೆ ಸ್ವತಂತ್ರ ವಾಗಿ ಓಡಾಡಿಕೊಂಡಿರುವ ಹಕ್ಕಿದ್ದರೆ ಅದು ತೆರೆದ ಪ್ರದೇಶವಾಗಿರುತ್ತದೆ.

6. ಮೂರು ನೆರೆ ರಾಜ್ಯಗಳಿಗೆ ಹೋಗಬಲ್ಲ ಒಂದು ವೃತ್ತದಂತಹ ಪ್ರದೇಶವಾಗಿದ್ದು, ಆ ಪ್ರದೇಶವನ್ನು ಮೊದಲು ಆಕ್ರಮಿಸಿದವರು ಆ ದಾರಿಯವರೆಗೂ ತಮ್ಮ ಸಾಮ್ರಾಜ್ಯವನ್ನು ವಿಸ್ತರಿಸುತ್ತಾರೆ. ಅಲ್ಲಿ ಹೆದ್ದಾರಿಗಳ ನಿರ್ಮಾಣವಾಗುತ್ತದೆ. ಇದನ್ನು ಹೆದ್ದಾರಿಗಳನ್ನು ಛೇದಿಸುವ ಪ್ರದೇಶ ಎನ್ನುತ್ತಾರೆ.

7. ಒಂದು ಸೈನ್ಯವು ಶತ್ರುರಾಷ್ಟ್ರದ ಸುಭದ್ರವಾದ ನಗರಗಳನ್ನು ನೆಲಸಮ ಮಾಡಿ ರಾಷ್ಟ್ರದ ಹೃದಯಭಾಗಕ್ಕೆ ನುಸುಳಿದರೆ ಆ ಪ್ರದೇಶವನ್ನು ಗಂಭೀರ ಪ್ರದೇಶ ಎನ್ನುವರು.

8. ಪರ್ವತ ಕಾಡುಗಳು, ಕಡಿದಾದ ಹಾದಿಗಳು, ಜವುಗು ಪ್ರದೇಶಗಳು ಸೇರಿದಂತೆ ಸಂಚರಿಸಲು ಕಷ್ಟಕರವಾದ ಹಾದಿಯನ್ನು ಹೊಂದಿರುವ ಪ್ರದೇಶವನ್ನು ಕಠಿಣವಾದ ಪ್ರದೇಶ ಎನ್ನುವರು.

9. ಕಿರಿದಾದ ಕಮರಿಗಳ ಮೂಲಕ ತಲುಪಬಹುದಾದ ಪ್ರದೇಶಗಳಿಗೆ ನಾವು ಹೋಗಬೇಕೆಂದು ನಿರ್ಧರಿಸಿದರೆ ಆ ಸಣ್ಣ ಕಮರಿಗಳನ್ನು ದಾಟುವ ವೇಳೆಗಾಗಲೇ ನಮ್ಮ ಶರೀರ ನಜ್ಜುಗುಜ್ಜಾಗಿರುತ್ತದೆ. ಅಲ್ಲದೇ ಅಂತಹ ಪ್ರದೇಶದಲ್ಲಿ ಶತ್ರುವು ಎಲ್ಲಿ ಬೇಕಾದರೂ ಅಡಗಿ ದಾಳಿ ನಡೆಸಬಹುದಾದ ಸಾಧ್ಯತೆ ಅಧಿಕವಾಗಿರುತ್ತದೆ. ಆಗ ಶತ್ರು ದೇಶದ ಸಣ್ಣ ತುಕಡಿಯೂ ನಮ್ಮ ದೊಡ್ಡ ಸೇನೆಯನ್ನು ವಂಚನೆಯಿಂದ ಬಗ್ಗುಬಡಿಯಲು ಸಮರ್ಥವಿರುತ್ತದೆ. ಇದನ್ನು ನೆಲದಲ್ಲಿ ನುಸುಳಲು ಅವಕಾಶವಿರುವ ಪ್ರದೇಶ ಎಂದು ಕರೆಯುತ್ತಾರೆ.

10. ವಿಳಂಬವಿಲ್ಲದೇ ಹೋರಾಟ ನಡೆಸಿ, ನಾಶಗೊಳಿಸುವುದರ ಮೂಲಕ ನಮ್ಮನ್ನು ನಾವು ರಕ್ಷಿಸಿಕೊಳ್ಳುವ ಪ್ರದೇಶವನ್ನು ಹತಾಶವಾದ ಪ್ರದೇಶ ಎಂದು ಕರೆಯುವರು.

11. ಆದ್ದರಿಂದ ಚದುರಿದ ಪ್ರದೇಶದಲ್ಲಿ ಹೋರಾಡುವುದು ಬೇಡ. ಸಿದ್ಧವಾಗಿರುವ ಪ್ರದೇಶದಲ್ಲಿ ನೆಲೆಸುವುದು ಬೇಡ. ವಿವಾದಾಸ್ಪದ ಪ್ರದೇಶದಲ್ಲಿ ದಾಳಿ ಬೇಡ.

12. ತೆರೆದ ಪ್ರದೇಶದಲ್ಲಿ ಶತ್ರುಗಳ ಮಾರ್ಗವನ್ನು ತಡೆಯಲು ಪ್ರಯತ್ನಿಸಬೇಡಿ. ಹೆದ್ದಾರಿಗಳನ್ನು ಭೇದಿಸುವ ಪ್ರದೇಶದಲ್ಲಿ, ನಿಮ್ಮ ನೆರೆ ರಾಷ್ಟ್ರದವರಿಗೆ ಸಹಕಾರಿಯಾಗಿರಿ.

13. ಗಂಭೀರ ಪ್ರದೇಶದಲ್ಲಿ ಒಗ್ಗಟ್ಟಿನಿಂದ ಲೂಟಿ ಮಾಡಿ. ಕಠಿಣ ಪ್ರದೇಶದಲ್ಲಿ, ನೀವು ನಿಮ್ಮ ನಡಿಗೆಯಲ್ಲಿ ದೃಢತೆ ಕಾಯ್ದುಕೊಳ್ಳಿ.

14. ನೆಲದಲ್ಲಿ ನುಸುಳಿ ಹೋರಾಟ ಮಾಡುವ ಅವಕಾಶವಿರುವ ಪ್ರದೇಶಗಳಲ್ಲಿ ಸಮರ್ಪಕ ಯೋಜನೆಯನ್ನು ಜಾರಿಗೊಳಿಸಿ. ಹತಾಶ ಪ್ರದೇಶದಲ್ಲಿ ಹೋರಾಟ ನಡೆಸಿ.

15. ಹಳೆಯ ಪರಿಣಿತ ನಾಯಕರು ಶತ್ರುವನ್ನು ಸೈನ್ಯದ ಮುಂಭಾಗ ಮತ್ತು ಹಿಂಭಾಗಗಳಿಂದ ಹೇಗೆ ಎದುರಿಸಬೇಕೆಂದು ತಿಳಿದಿದ್ದರು. ದೊಡ್ಡ ಸೈನ್ಯ ಮತ್ತು ಸಣ್ಣ ಸೈನ್ಯವನ್ನು ನಿರ್ವಹಿಸುವ ಬಗೆಯನ್ನು ತಿಳಿದಿದ್ದರು. ಉತ್ತಮ ಪಡೆಗಳನ್ನು ಕೆಟ್ಟ ಸೈನ್ಯದಿಂದ ರಕ್ಷಿಸುವ ರೀತಿಯನ್ನು ಅರಿತಿದ್ದರು. ತಮ್ಮ ಸೈನಿಕರಲ್ಲಿ ಉತ್ಸಾಹದ ಕೊರತೆಯನ್ನು ನೀಗಿಸುವುದನ್ನು ಅರ್ಥ ಮಾಡಿಕೊಂಡಿದ್ದರು.

16. ಶತ್ರು ಸೇನೆಯು ಒಟ್ಟುಗೂಡಿದಾಗ, ಶತ್ರುಗಳನ್ನು ಕಂಗೆಡಿಸಲು ಅವರು ಒಗ್ಗಟ್ಟಿನಿಂದ ಕಾರ್ಯನಿರ್ವಹಿಸುತ್ತಿದ್ದರು.

17. ಯುದ್ಧದ ಫಲಿತಾಂಶದಿಂದ ಅವರಿಗೆ ಅನುಕೂಲವಾಗುತ್ತದೆ ಎಂದೆನಿಸಿದರೆ ಮಾತ್ರ ಯುದ್ಧದಲ್ಲಿ ಅವರು ಮುಂದುವರೆಯುತ್ತಿದ್ದರು. ಇಲ್ಲವಾದಲ್ಲಿ ಯುದ್ಧವನ್ನು ನಿಲ್ಲಿಸುತ್ತಿದ್ದರು.

18. ಶ್ರೇಣೀಕೃತ ವ್ಯವಸ್ಥೆಯಡಿಯಲ್ಲಿ ಸೈನ್ಯವನ್ನು ಮುನ್ನಡೆಸುವ ಹಂತದಲ್ಲಿ ಶತ್ರುವಿನ ದಾಳಿಯನ್ನು ನಿಭಾಯಿಸುವ ಮೊದಲ ಹಂತವಾಗಿ ಶತ್ರುವಿನ ಬಳಿಯಿರುವ, ಶತ್ರುವಿಗೆ ಬಹಳ ಉಪಯೋಗವಾಗುವ ಯಾವುದಾದರೂ ವಸ್ತುವನ್ನೋ ಅಥವಾ ಇನ್ನೇನನ್ನೋ ವಶಪಡಿಸಿಕೊಳ್ಳಬೇಕು. ನಂತರ ಶತ್ರುವನ್ನು ನಿಮ್ಮ ಇಚ್ಛೆಗೆ ಅನುಗುಣವಾಗಿ ವರ್ತಿಸುವಂತೆ ಮಾಡಬೇಕು.

19. ಕ್ಷಿಪ್ರಗತಿಯು ದಾಳಿ ಯುದ್ಧದ ಮೂಲಭೂತ ನಿಯಮವಾಗಿದೆ: ವೈರಿಯು ಸಜ್ಜಾಗಿರದ ಸಂದರ್ಭವನ್ನು ಲಾಭವಾಗಿ ತೆಗೆದುಕೊಳ್ಳಿ, ಅನಿರೀಕ್ಷಿತ ಮಾರ್ಗಗಳೊಂದಿಗೆ ನಿಮ್ಮ ಯುದ್ಧವನ್ನು ಮುಂದುವರೆಸಿ ಮತ್ತು ರಕ್ಷಣೆಯಿಲ್ಲದ ತಾಣಗಳ ಮೇಲೆ ದಾಳಿ ಮಾಡಿ.

20. ದಾಳಿಯ ವಿಚಾರದಲ್ಲಿ ಗಮನಿಸಬೇಕಾದ ನಿಯಮಗಳು ಈ ಕೆಳಗಿನಂತಿವೆ. ಒಂದು ದೇಶದ ಭಾಗಗಳನ್ನು ನೀವು ಎಷ್ಟು ಬೇಗ ವಶಪಡಿಸಿಕೊಳ್ಳುತ್ತೀರೋ ಅಷ್ಟೇ ಕ್ಷಿಪ್ರವಾಗಿ ನಿಮ್ಮ ಸೇನಾಪಡೆಗಳು ಒಂದಾಗುತ್ತಾ ಬರುತ್ತವೆ. ಹೀಗಾಗಿ ಎದುರಾಳಿ ಪಡೆಗಳು ಎಷ್ಟೇ ಹೋರಾಡಿದರೂ ನಿಮ್ಮ ವಿರುದ್ಧ ಜಯ ಸಾಧಿಸಲು ಸಾಧ್ಯವಾಗುವುದಿಲ್ಲ.

21. ಫಲವತ್ತಾದ ಭೂಮಿಗಳನ್ನು ನಿಮ್ಮ ವಶಕ್ಕೆ ತೆಗೆದುಕೊಳ್ಳುತ್ತಾ ಹೋಗಿ. ಆಗ ನಿಮ್ಮ ಸೇನೆಗೆಂದೂ ಆಹಾರದ ಕೊರತೆ ಉಂಟಾಗದು.

22. ನಿಮ್ಮ ಮಂದಿಯ ಯೋಗಕ್ಷೇಮವನ್ನು ಎಚ್ಚರಿಕೆಯಿಂದ ಗಮನಿಸಿ. ಅವರಿಗೆ ಹೆಚ್ಚಿನ ಸುಂಕವನ್ನು ವಿಧಿಸದಿರಿ. ನಿಮ್ಮ ಸೇನಾಶಕ್ತಿಯ ಬಲವರ್ಧನೆ ಮಾಡಿಕೊಳ್ಳಿ ಅಂದರೆ ಹೆಚ್ಚಿನ ಸೇನಾಶಕ್ತಿಯುನ್ನು. ನಿಮ್ಮ ಸೇನೆಯುನ್ನು ನಿರಂತರವಾಗಿ ಮುಂದುವರೆಸಿಕೊಂಡು ಹೋಗಿ ಮತ್ತು ಅಗಾಧವಾದ ಯೋಜನೆಗಳನ್ನು ರೂಪಿಸಿ.

23. ಶತ್ರುಪಡೆಯವರು ತಪ್ಪಿಸಿಕೊಳ್ಳಲಾಗದಂತೆ ನಿಮ್ಮ ಸೈನಿಕರನ್ನು ಆಯಕಟ್ಟಿನ ಜಾಗಗಳಲ್ಲಿ ನಿಲ್ಲಿಸಿ. ತಮಗೆ ದೊರಕುವ ಪ್ರಾಮುಖ್ಯತೆಯಿಂದ ಸೈನಿಕರು ಯುದ್ಧದಲ್ಲಿ ಹೆದರಿ ಪಲಾಯನ ಮಾಡದೇ ಸಾವಿಗೆ ಎದೆಗುಂದದೇ ಹೋರಾಟ ನಡೆಸುತ್ತಾರೆ. ಒಂದು ವೇಳೆ ಸೈನಿಕರು ಸಾವಿಗೀಡಾದರೆ ಆ ಸಾವಿನಲ್ಲೂ ಅವರು ಸಾರ್ಥಕತೆ ಮೆರೆದಿರುತ್ತಾರೆ. ಅಧಿಕಾರಿಗಳು ಮತ್ತು ಸೈನಿಕರು ತಮ್ಮ ಸಂಪೂರ್ಣ ಬಲವನ್ನು ಯುದ್ಧದಲ್ಲಿ ಸಮನಾಗಿ ಹಾಕಿದಂತಾಗುತ್ತದೆ.

24. ಸೈನಿಕರು ಹತಾಶ ಸ್ಥಿತಿಯಲ್ಲಿದ್ದರೆ ಅವರು ಭಯವನ್ನು ಬಿಟ್ಟು ಮುನ್ನುಗ್ಗುತ್ತಾರೆ. ತಮ್ಮ ರಕ್ಷಣೆಗೆ ಯಾವುದೇ ಪ್ರದೇಶವಿಲ್ಲದೇ ಇದ್ದರೂ ಅವರು ದೃಢವಾಗಿ ನಿಂತು ಹೋರಾಡುವರು. ಎದುರಾಳಿ ದೇಶದಲ್ಲಿ ನಿಂತು ಹೋರಾಡುತ್ತಿದ್ದರೆ ಹಠದಿಂದ ಗೆಲ್ಲಲು ಪ್ರಯತ್ನಿಸುತ್ತಾರೆ. ಗೆಲ್ಲಲು ಕಠಿಣವಾಗಿ ಪರಿಶ್ರಮಿಸುತ್ತಾರೆ.

25. ಹೀಗೆ, ವ್ಯವಸ್ಥೆಗಾಗಿ ನಿರೀಕ್ಷಿಸದೇ ಸೈನಿಕರು ನಿರಂತರವಾಗಿ ಹೋರಾಡುತ್ತಲೇ ಇರುತ್ತಾರೆ. ನೀವು ಹೇಳದೇ ನಿಮ್ಮ ಕೆಲಸವನ್ನು ಪೂರೈಸಿರುತ್ತಾರೆ. ಯಾವುದೇ ನಿರ್ಬಂಧವಿಲ್ಲದೇ, ಅವರು ನಂಬಿಕಸ್ತರಾಗಿರುತ್ತಾರೆ. ನಿಮ್ಮ ಆದೇಶಗಳಿಲ್ಲದೇ ಅವರು ವಿಶ್ವಾಸಾರ್ಹರಾಗಿರುತ್ತಾರೆ.

26. ಶಕುನಗಳನ್ನು, ಮೂಢನಂಬಿಕೆಗಳನ್ನು ದೂರವಿಡುವು ದರಿಂದ ಮರಣದವರೆಗೂ ಹೋರಾಟ ಸಾಧ್ಯವಾಗುತ್ತದೆ. ಯಾವುದೇ ವಿಪತ್ತಿಗೂ ಹೆದರುವ ಅಗತ್ಯಗಳಿರುವುದಿಲ್ಲ.

27. ಸೈನಿಕರು ಶ್ರೀಮಂತರಾಗಿರುವುದಿಲ್ಲ ಎಂದರೆ ಅದರರ್ಥ ಅವರಿಗೆ ಶ್ರೀಮಂತಿಕೆ ಎಂದರೆ ಅಸಹ್ಯವಾಗಿದೆ ಎಂದಲ್ಲ. ಹಾಗೆಯೇ ಅವರು ಹೆಚ್ಚು ವರ್ಷಗಳ ಕಾಲ ಬದುಕಿಲ್ಲ ಎಂದರೆ ಅದರರ್ಥ ಅವರಿಗೆ ಬದುಕಲು ಇಷ್ಟಿರಲಿಲ್ಲವೆಂದಲ್ಲ.

28. ಯುದ್ಧ ಘೋಷಣೆಯಾದ ದಿನದಂದು ಸೈನಿಕರು ಅಳಬಹುದು, ಹೆದರಿಕೊಳ್ಳಬಹುದು. ಆದರೆ ಒಮ್ಮೆ ಅವರನ್ನು ಯುದ್ಧ ಕ್ಷೇತ್ರಕ್ಕೆ ಕರೆತನ್ನಿ. ಆಗ ಅವರು ತಮ್ಮ ಅಸಾಮಾನ್ಯ ಪೌರುಷವನ್ನು ಪ್ರದರ್ಶಿಸುವರು.

29. ಕೌಶಲ್ಯಪೂರ್ಣ ಯುದ್ಧತಂತ್ರಜ್ಞನನ್ನು 'ಶೂಯಿ-ಜಾನ್' ಗೆ ಹೋಲಿಸಬಹುದು. ಶೂಯಿ-ಜಾನ್ ಎಂಬುದು ಚಾಂಗ್ ಪರ್ವತಗಳಲ್ಲಿ ಕಂಡುಬರುವ ಒಂದು ಸರ್ಪ. ಅದು ನಿಮ್ಮ ಮುಂದೆ ಹೆಡೆಯಾಡಿಸುತ್ತಿರುತ್ತದೆ. ನೀವು ಹಾವು ಹೆಡೆಯಿಂದ ಹೊಡೆಯುತ್ತದೆ ಅಂದುಕೊಂಡಿದ್ದರೆ ಅದು ಬಾಲದಿಂದ ಬಾರಿಸುತ್ತದೆ. ನೀವು ಬಾಲದಿಂದ ಹೊಡೆಯುತ್ತದೆ ಎಂದು ಬಾಲವನ್ನೇ ಗಮನಿಸುತ್ತಿದ್ದರೆ ಅದು ತನ್ನ ಹೆಡೆಯಿಂದ ಹೊಡೆಯು ತ್ತದೆ. ನೀವು ಹಾವಿನ ಮಧ್ಯಭಾಗದ ಮೇಲೆ ಗಮನವಿಟ್ಟಿದ್ದರೆ ತಲೆ ಮತ್ತು ಬಾಲ ಎರಡರಿಂದಲೂ ದಾಳಿ ನಡೆಸುತ್ತದೆ.

30. ಶೂಯಿ-ಜಾನ್ ಸರ್ಪವನ್ನು ಅನುಕರಿಸಿಯೇ ಸೈನ್ಯ ನಿಯಮಗಳನ್ನು, ಯುದ್ಧತಂತ್ರಗಳನ್ನೂ ಹೆಣೆಯಬೇಕು ಎಂಬುದು ಸನ್ ತ್ಸು ಅವರ ಅಭಿಮತ. ವು ಎಂಬ ರಾಜನ ಸೈನಿಕರು ಮತ್ತು ಯೂಯೆ ರಾಜನ ಸೈನಿಕರು ಪರಸ್ಪರ ಶತ್ರುಗಳು. ಆದರೆ

ಒಂದು ವೇಳೆ ಅವರು ಒಂದೇ ದೋಣಿಯಲ್ಲಿ ನದಿಯನ್ನು ದಾಟುತ್ತಿದ್ದಾಗ ಚಂಡಮಾರುತಕ್ಕೆ ಸಿಕ್ಕಿಬಿದ್ದರೆ, ಅವರು ಪರಸ್ಪರರ ಸಹಾಯಕ್ಕೆ ಬರುವರು.

31. ಹಾಗೆ ಸಹಾಯಕ್ಕೆ ಬರುವವರನ್ನೆಲ್ಲಾ ನಂಬಿ, ಅವರ ಸಮಯ ಸಾಧಕತನದ ವಂಚನೆಗೆ ಗುರಿಯಾಗಬಾರದು. ಇನ್ನೊಬ್ಬರ ನಂಬಿಕೆಯನ್ನು ಸಮಾಧಿ ಮಾಡಬಾರದು.

32. ಒಂದು ಸೈನ್ಯವನ್ನು ನಿರ್ವಹಿಸಲು ಅಗತ್ಯವಿರುವ ಮೂಲಭೂತ ನಿಯಮ ಎಂದರೆ ಎಲ್ಲರಲ್ಲೂ ಧೈರ್ಯವನ್ನು ಒಗ್ಗೂಡಿಸುವುದೇ ಆಗಿದೆ.

33. ಸಬಲ ಮತ್ತು ದುರ್ಬಲ, ಎರಡನ್ನೂ ಉತ್ತಮ ಗೊಳಿಸುವುದು ಭೂಪ್ರದೇಶದ ಸರಿಯಾದ ಬಳಕೆಯನ್ನು ಅವಲಂಬಿಸಿರುತ್ತದೆ.

34. ಕೌಶಲ್ಯಪೂರ್ಣ ಸೇನಾಪತಿಯು ತನ್ನ ಸೇನೆಯನ್ನು ತಾನೇ ಏಕಾಂಗಿಯಾಗಿ ಹೋರಾಡುತ್ತಿರುವಂತೆ ನಿರ್ವಹಿಸುವನು.

35. ಮೌನವಾಗಿದ್ದು ಗೌಪ್ಯತೆಯನ್ನು ಕಾಯ್ದುಕೊಳ್ಳುವುದು ಒಬ್ಬ ಸೇನಾಪತಿಯ ಕರ್ತವ್ಯ. ಆತ ಸುಮ್ಮನೆ ತನ್ನ ಆದೇಶಗಳನ್ನು ಉಳಿದವರು ಪಾಲಿಸುವಂತೆ ನೋಡಿಕೊಳ್ಳಬೇಕು.

36. ಅವನು ತನ್ನ ಕೈಕೆಳಗಿನವರನ್ನು ತಪ್ಪಾದ ವರದಿಗಳು ಮತ್ತು ನಡವಳಿಕೆಗಳಿಂದ ತಬ್ಬಿಬ್ಬು ಮಾಡಲು ಸಮರ್ಥನಿರಬೇಕು. ಎಲ್ಲೂ ಅವನ ಅಧಿಕಾರಿಗಳು ಮತ್ತು ಸೈನಿಕರು ನಿರ್ಲಕ್ಷ್ಯ ವಹಿಸಲು ಅವಕಾಶ ನೀಡುವಂತಿರಬಾರದು. ಹಾಗೆಯೇ ಸೇನಾಪತಿಯ ಮನಸ್ಥಿತಿಯ ಬಗ್ಗೆಯೂ ತಿಳಿಯುವಂತಿರಬಾರದು. ಅವನ ತಂತ್ರಗಳೂ ಸಹ ಹೊರಬೀಳಬಾರದು.

37. ತನ್ನ ವ್ಯವಸ್ಥೆ ಹಾಗೂ ಯೋಜನೆಗಳನ್ನು ಬದಲಿಸುವ ಮೂಲಕ ತನ್ನ ಶತ್ರುವನ್ನು ಗೊಂದಕ್ಕೀಡುಮಾಡಬೇಕು. ತಂತ್ರಗಳ ಬಗ್ಗೆ ಶತ್ರು ಸೈನ್ಯದವರಿಗೆ ಸಣ್ಣ ಅನುಮಾನವೂ ಬಾರದಂತಿರಬೇಕು. ತನ್ನ ಶಿಬಿರಗಳ ಸ್ಥಳ ಬದಲಾವಣೆ ಮತ್ತು ಸುತ್ತುಬಳಸಿದ ಮಾರ್ಗಗಳನ್ನು ಬಳಸುವುದರಿಂದ ಶತ್ರುವು ತನ್ನ ಉದ್ದೇಶದಿಂದ ವಿಮುಖನಾಗುವಂತೆ ಮಾಡಬಹುದು.

38. ಕಠಿಣ ಸಂದರ್ಭಗಳಲ್ಲಿ ಸೇನಾನಾಯಕನು ತಾನು ಹತ್ತಿದ ಏಣಿಯನ್ನು ಒದೆಯುವವನಂತೆ ತನ್ನನ್ನು ತಾನು ಬಿಂಬಿಸಿ ಕೊಳ್ಳುವನು. ತನ್ನ ಕೈ ಸಂಜ್ಞೆಯ ಮೂಲಕ ತನ್ನ ಸೈನಿಕರನ್ನು ವಿರೋಧಿಗಳ ಪ್ರದೇಶದೊಳಗೆ ನುಗ್ಗುವಂತೆ ಆಜ್ಞಾಪಿಸುವನು.

39. ಅವನು ತನ್ನ ದೋಣಿಗಳನ್ನು ಸುಟ್ಟುಹಾಕುವನು ಮತ್ತು ಅಡುಗೆಯ ಮಡಿಕೆಗಳನ್ನು ಮುರಿಯುವನು. ಹೇಗೆ ಕುರುಬನು ಕುರಿಗಳ ಹಿಂಡನ್ನು ಚಾಲನೆ ಮಾಡುತ್ತಾನೋ ಹಾಗೆ ಅವನು ತನ್ನ ಮಂದಿಯನ್ನು ಎಲ್ಲಿಗೆಂದು ತನಗೆ ತಿಳಿಯದು ಎಂಬಂತೆ ಗೊತ್ತುಗುರಿ ಇಲ್ಲದೇ ಮುನ್ನಡೆಸಿಕೊಂಡು ಹೋಗುತ್ತಾನೆ.

40. ಇದು ಬಹುಶಃ ತನ್ನ ಸೈನ್ಯವನ್ನು ಒಗ್ಗೂಡಿಸಲು ಸೈನ್ಯಕ್ಕೆ ಅಪಾಯಕಾರಿ ಸನ್ನಿವೇಶಗಳನ್ನು ಒಡ್ಡುವುದು ಸೈನ್ಯಾಧಿಕಾರಿ ಹೂಡುವ ತಂತ್ರವಿರಬಹುದು.

41. ಒಂಬತ್ತು ವಿಧದ ಪ್ರದೇಶಗಳು, ಆಕ್ರಮಣಕಾರಿ ಮತ್ತು ರಕ್ಷಣಾತ್ಮಕ ತಂತ್ರಗಳನ್ನು ಅನುಕೂಲಕ್ಕೆ ತಕ್ಕಂತೆ ಮಾರ್ಪಡಿಸಿ ಕೊಳ್ಳುವುದು ಮತ್ತು ಮಾನವ ಸ್ವಭಾವದ ಮೂಲಭೂತ ನಿಯಮ ಇವುಗಳ ಅಮೂಲಾಗ್ರ ಅಧ್ಯಯನ ಅತ್ಯವಶ್ಯಕ.

42. ಶತ್ರು ದೇಶದ ಮೇಲೆ ಆಕ್ರಮಣ ಮಾಡುವಾಗ ಒಗ್ಗಟ್ಟನ್ನು ಸೂಕ್ಷ್ಮವಾಗಿ ಪ್ರದರ್ಶಿಸಬೇಕು. ಸೂಕ್ಷ್ಮವಾಗಿ ಒಗ್ಗಟ್ಟು ಪ್ರದರ್ಶಿಸುವ

ಇನ್ನೊಂದು ದಾರಿಯೆಂದರೆ ಸೈನ್ಯವು ಚದುರಿದರೂ ಒಗ್ಗಟ್ಟಾಗಿರುವುದೇ ಆಗಿದೆ.

43. ನೀವು ನಿಮ್ಮ ಸ್ವಂತ ದೇಶವನ್ನು ಬಿಟ್ಟುಹೋಗುವಾಗ ಮತ್ತು ನಿಮ್ಮ ಸೈನ್ಯವನ್ನು ನೆರೆಹೊರೆ ಪ್ರದೇಶದಿಂದ ಕರೆದೊಯ್ಯುವಾಗ, ಕಠಿಣ ಪ್ರದೇಶದಲ್ಲಿ ಸ್ವತಃ ಸಿಕ್ಕಿಕೊಂಡಿದ್ದೀರಿ ಎಂದೆನಿಸುತ್ತದೆ. ಆದರೆ ಎಲ್ಲಾ ನಾಲ್ಕು ಬದಿಗಳಲ್ಲಿ ಸಂವಹನ ವಿಧಾನಗಳಿದ್ದಾಗ, ಆ ಪ್ರದೇಶವು ಹೆದ್ದಾರಿಯನ್ನು ಛೇದಿಸುತ್ತಿರುತ್ತದೆ.

44. ನೀವು ಒಂದು ದೇಶವನ್ನು ಸೂಕ್ಷ್ಮವಾಗಿಯೂ ಆಳವಾಗಿಯೂ ಗಮನಿಸುತ್ತಿದ್ದೀರಿ ಎಂದರೆ ಅದು ಗಂಭೀರ ಪ್ರದೇಶವಾಗಿರುತ್ತದೆ. ನೀವು ಸಮರ್ಪಕವಾಗಿ ಗಮನಿಸಿದಾಗ ಅಲ್ಲೊಂದು ಸಣ್ಣ ದಾರಿ ಗೋಚರಿಸಿದರೆ, ಅದು ಸುಲಭವಾಗಿ ಪ್ರವೇಶಿಸಬಲ್ಲ, ಯುದ್ಧಕ್ಕೆ ಸಿದ್ಧವಾಗಿರುವ ಪ್ರದೇಶವಾಗುವುದು.

45. ನೀವು ನಿಮ್ಮ ಹಿಂಬದಿಯಲ್ಲಿ ಶತ್ರುಗಳ ಪ್ರಬಲ ಸೈನ್ಯವನ್ನೂ, ಮುಂಭಾಗದಲ್ಲಿ ಕಿರಿದಾದ ಹಾದಿಯನ್ನು ಹೊಂದಿದ್ದರೆ, ಅದು ನೆಲದಲ್ಲಿ ನುಸುಳುವ ಅವಕಾಶವಿರುವ ಪ್ರದೇಶವಾಗುವುದು. ನಿಮಗೆ ರಕ್ಷಣೆಯ ಸ್ಥಳವೇ ಇಲ್ಲವಾಗುವುದೋ, ಅದು ಹತಾಶ ಪ್ರದೇಶವಾಗುವುದು.

46. ಆದ್ದರಿಂದ, ಪ್ರಸರಣ ಪ್ರದೇಶದಲ್ಲಿ ಸೈನ್ಯವನ್ನು ಒಗ್ಗಟ್ಟಿನಿಂದಿರಲು ಪ್ರೇರೇಪಿಸಬೇಕು. ಸಿದ್ಧವಾಗಿರುವ ಪ್ರದೇಶದಲ್ಲಿ, ಸೇನೆಯ ಎಲ್ಲಾ ಭಾಗಗಳ ನಡುವೆ ಹತ್ತಿರದ ಸಂಪರ್ಕವಿದೆಯೇ ಎಂದು ನೋಡಬೇಕು.

47. ವಿವಾದಾತ್ಮಕ ಪ್ರದೇಶದಲ್ಲಿ, ಸೈನ್ಯವು ಯುದ್ಧದಿಂದ ಹಿಮ್ಮೆಟ್ಟಬೇಕು.

48. ತೆರೆದ ಪ್ರದೇಶದಲ್ಲಿ, ರಕ್ಷಣೆಯ ಮೇಲೆ ಎಚ್ಚರ ವಹಿಸಬೇಕು. ಹೆದ್ದಾರಿಗಳನ್ನು ಛೇದಿಸುವ ಪ್ರದೇಶದಲ್ಲಿ, ಮೈತ್ರಿಗಳನ್ನು ಏಕೀಕರಿಸಬೇಕು.

49. ಗಂಭೀರ ಪ್ರದೇಶದಲ್ಲಿ, ಸರಬರಾಜಿನ ನಿರಂತರವಾದ ಹರಿವನ್ನು ಖಚಿತಪಡಿಸಿಕೊಳ್ಳಬೇಕು. ಕಠಿಣ ಪ್ರದೇಶವನ್ನು ಆದಷ್ಟು ಬೇಗ ದಾಟಬೇಕು.

50. ನೆಲದಲ್ಲಿ ನುಸುಳಲು ಅವಕಾಶವಿರುವ ಜಾಗದಲ್ಲಿ ಯುದ್ಧದಿಂದ ಹಿಮ್ಮೆಟ್ಟಬೇಕು. ಹತಾಶ ಪ್ರದೇಶದಲ್ಲಿ, ಸೈನಿಕರಿಗೆ, ತಮ್ಮ ಜೀವಗಳನ್ನು ಉಳಿಸಿಕೊಳ್ಳುವ ಅವಕಾಶವಿಲ್ಲವೆಂದು ಘೋಷಿಸಬೇಕು.

51. ವೈರಿಯು ಸುತ್ತುವರಿದಾಗ ಹಠದ ಪ್ರತಿರೋಧವನ್ನು ತೋರಬೇಕೋ, ತನ್ನನ್ನು ತಾನು ರಕ್ಷಿಸಿಕೊಳ್ಳಲಾಗದ ಸಂದರ್ಭ ದಲ್ಲಿಯೂ ಕಠಿಣವಾಗಿ ಹೋರಾಟ ನಡೆಸಬೇಕೋ ಅಥವಾ ಅಪಾಯದಲ್ಲಿದ್ದಾಗಲೂ ಸೈನ್ಯಾಧಿಕಾರಿಯ ಆಜ್ಞೆಯನ್ನು ಪ್ರಾಮಾಣಿಕವಾಗಿ ಪಾಲಿಸಬೇಕೋ ಎಂಬುದನ್ನು ಸೈನಿಕರ ವಿವೇಚನೆಗೆ ಬಿಡಬೇಕು.

52. ನೆರೆಹೊರೆಯ ರಾಜರ ಯುದ್ಧ ವಿನ್ಯಾಸಗಳ, ಗುಣಾವ ಗುಣಗಳ ಪರಿಚಯವಿಲ್ಲದೇ ಅಲ್ಲಿನ ರಾಜಕುಮಾರರೊಂದಿಗೆ ಒಡನಾಟ ಮಾಡಲು ಸಾಧ್ಯವಿಲ್ಲ. ಅಂತೆಯೇ ನಮ್ಮದೇ ದೇಶದ ಪರ್ವತಗಳು, ಅರಣ್ಯಗಳು, ಇಳಿಜಾರು ಪ್ರದೇಶಗಳು, ಜವುಗು ಭೂಮಿ ಇಂತಹ ಪರಿಸರದ ಪ್ರದೇಶಗಳ ಪರಿಚಯವಿಲ್ಲದೇ ಸೇನೆಯನ್ನು ಮುಂದುವರೆಸಲು ಸಾಧ್ಯವಿಲ್ಲ. ಸ್ಥಳೀಯ ಮಾರ್ಗದರ್ಶಿಗಳನ್ನು ಬಳಸದ ಹೊರತು, ನಿಸರ್ಗದ ಅನುಕೂಲತೆ ಗಳನ್ನು ಅರಿಯಲು ಸಾಧ್ಯವಿಲ್ಲ.

53. ಈ ತತ್ವಗಳಲ್ಲಿ ಯಾವುದನ್ನೇ ಕಡೆಗಣಿಸಿದರೂ, ಅವನು ಒಬ್ಬ ಯುದ್ಧ ಮಾಡಲು ಸಮರ್ಥನಾದ ರಾಜಕುಮಾರನಾಗಲು ಅರ್ಹನಲ್ಲ.

54. ಯುದ್ಧಾಸಕ್ತನಾದ ರಾಜಕುಮಾರನು ಪ್ರಬಲ ರಾಜ್ಯವನ್ನು ಆಕ್ರಮಿಸಿದಾಗ, ಅವನ ನಿರ್ವಹಣಾ ಚಾತುರ್ಯವು ಸ್ವತಃ ಶತ್ರುವಿನ ಗಮನ ಸೆಳೆಯುತ್ತದೆ. ಅವನು ತನ್ನ ಎದುರಾಳಿಯನ್ನು ಯುದ್ಧದಲ್ಲಿ ಸೋಲಿಸುವನು ಮತ್ತು ಶತ್ರು ರಾಜ್ಯದ ಮಿತ್ರರಾಜ್ಯದ ಸೈನ್ಯವು ಯುದ್ಧಕ್ಕೆ ಬರದಂತೆ ನಿಯಂತ್ರಿಸುವನು.

55. ಬೇರೆ ರಾಜ್ಯಗಳ ಜೊತೆ ತಾನಾಗಿಯೇ ಮೈತ್ರಿಗಾಗಿ ಮುಂದುವರೆಯುವುದಿಲ್ಲ. ಇತರೆ ರಾಜ್ಯಗಳಿಗೂ ತನ್ನ ಶಕ್ತಿವರ್ಧನೆಗೆ ಅವಕಾಶ ನೀಡುವುದಿಲ್ಲ. ಅವನು ತನ್ನದೇ ಆದ ರಹಸ್ಯವಾದ ನಿಯಗಳನ್ನು ಅನುಸರಿಸುವನು. ತನ್ನ ಯೋಜನೆಗಳಿಂದ ಎದುರಾಳಿಯನ್ನು ದಿಗ್ಭ್ರಮೆಗೊಳಿಸುತ್ತಾನೆ. ಅವನು ಇತರೆ ರಾಜ್ಯಗಳನ್ನು ಸಂಪೂರ್ಣವಾಗಿ ತನ್ನ ಸ್ವಾಧೀನಕ್ಕೆ ತೆಗೆದುಕೊಳ್ಳುತ್ತಾನೆ.

56. ನಿಯಮವನ್ನು ಪರಿಗಣಿಸದೇ ಪ್ರತಿಫಲಗಳನ್ನು ನೀಡಿ, ಆಗಬೇಕಾದ ವ್ಯವಸ್ಥೆ ಆಗುವುದಕ್ಕೂ ಮೊದಲೇ ನಿಮ್ಮ ಆದೇಶಗಳನ್ನು ಜಾರಿಗೊಳಿಸಿ. ಆಗ ಮಾತ್ರ ನಂತರ ಇಡೀ ಸೇನೆಯನ್ನು ನೀವೊಬ್ಬರೇ ನಿರ್ವಹಿಸಲು ಸಾಧ್ಯವಾಗುವುದು.

57. ನಿಮ್ಮ ಸೈನಿಕರನ್ನು ಒಂದು ಪತ್ರದಿಂದ ಎದುರಿಸಿ. ಅವರು ಎಂದಿಗೂ ನಿಮ್ಮ ಯೋಜನೆಗಳನ್ನು ಅರಿಯಲು ಬಿಡಬೇಡಿ. ಮೇಲ್ಪದರದ ಯೋಜನೆಯ ಭಾಗವನ್ನು ಮಾತ್ರ ಅವರಿಗೆ ತಿಳಿಯುವಂತೆ ಮಾಡಿ. ಆದರೆ ಸಂದರ್ಭವು ಸಮರ್ಪಕವಾಗಿಲ್ಲದ ಸಂದರ್ಭದಲ್ಲಿ ಸೈನಿಕರಿಗೆ ಏನನ್ನೂ ಹೇಳಬೇಡಿ.

58. ನಿಮ್ಮ ಸೇನೆಯನ್ನು ಪ್ರಾಣಾಂತಿಕ ಗಂಡಾಂತರ ದಲ್ಲಿರಿಸಿದರೂ ಅವರು ಉಳಿದುಕೊಳ್ಳುತ್ತಾರೆ. ಅವರನ್ನು ಹತಾಶೆಯ ಸಂಕಟದಲ್ಲಿ ಮುಳುಗಿಸಿದರೂ, ಅವರು ಸುರಕ್ಷಿತವಾಗಿ ಹಿಂದಿರುಗುವರು.

59. ಸೈನ್ಯ ದುರಂತದ ಹಾದಿಯಲ್ಲಿದೆ ಎಂದು ಎಲ್ಲರೂ ಭಾವಿಸುವಾಗಲೇ ಸೈನಿಕರಲ್ಲಿ ನಿಖರವಾಗಿ ಹೋರಾಡಬಲ್ಲ ತಾಕತ್ತು ಎದ್ದು ನಿಲ್ಲುತ್ತದೆ. ಅದರಿಂದ ಗೆಲುವು ಸುಲಭಸಾಧ್ಯವಾಗುತ್ತದೆ.

60. ಶತ್ರುಗಳ ನಡೆಯನ್ನು ಎಷ್ಟು ಗಂಭೀರವಾಗಿ ಸೂಕ್ಷ್ಮವಾಗಿ ಗಮನಿಸುತ್ತೇವೆ ಮತ್ತು ಅದರ ವಿರುದ್ಧ ಹೇಗೆ ಹೋರಾಡುತ್ತೇವೆ ಎಂಬುದರ ಮೇಲೆ ಗೆಲುವು ನಿರ್ಧರಿಸಲ್ಪಡುತ್ತದೆ.

61. ಶತ್ರುವಿನ ಒಂದೇ ಭಾಗಕ್ಕೆ ನಿರಂತರವಾಗಿ ಯುದ್ಧದ ಒತ್ತಡ ಹೇರುವುದರಿಂದ ಮತ್ತು ಪ್ರಧಾನ ದಂಡನಾಯಕನನ್ನು ಕೊಲ್ಲುವುದರಿಂದ ಯುದ್ಧದಲ್ಲಿ ಯಶಸ್ಸು ಸಾಧಿಸಬಹುದು.

62. ಇದು ಸಂಪೂರ್ಣ ಕುತಂತ್ರದಿಂದ ಯುದ್ಧ ಗೆಲ್ಲುವ ಸಾಮರ್ಥ್ಯವಾಗಿದೆ.

63. ನೀವು ಸೇನಾಪತಿಯಾಗಿ ಅಧಿಕಾರ ತೆಗೆದುಕೊಂಡ ಮೇಲೆ ಗಡಿನಾಡಿನ ಮಾರ್ಗಗಳಿಗೆ ನಿರ್ಬಂಧ ಹೇರಿ. ಅಧಿಕೃತ ಪರಿಗಣನೆಗಳನ್ನು ನೀವು ಮೀರಿ ನಿಲ್ಲುವುದರಿಂದ ಎಲ್ಲಾ ಗುಪ್ತಚರ ಹಾದಿಗಳನ್ನು ಮುಚ್ಚಿಬಿಡಿ.

64. ಮಂತ್ರಾಲೋಚನಾ ಸಭೆಯಲ್ಲಿ ಕಟ್ಟುನಿಟ್ಟಿನ ನಿಯಮಗಳನ್ನು ಪಾಲಿಸಿ. ಆಗ ನೀವು ಪರಿಸ್ಥಿತಿಯನ್ನು ಸಮರ್ಥವಾಗಿ ಎದುರಿಸ ಬಹುದು.

65. ಶತ್ರು ತನ್ನ ರಾಜ್ಯದ ಬಾಗಿಲನ್ನು ತೆರೆದಿಟ್ಟಿದ್ದರೆ, ನೀವು ರಭಸದಿಂದ ನುಗ್ಗಬೇಕು.

66. ನಿಮ್ಮ ಎದುರಾಳಿಗೆ ಪ್ರಿಯವಾದುದನ್ನು ವಶಪಡಿಸಿಕೊಳ್ಳುವ ಮೂಲಕ ನಿಮ್ಮ ದಾಳಿಯ ಮುನ್ಸೂಚನೆ ನೀಡಿ. ಎದುರಾಳಿ ರಣರಂಗಕ್ಕಿಳಿಯುವ ಸಂದರ್ಭವನ್ನು ಎಚ್ಚರಿಕೆಯಿಂದ ಸೂಕ್ಷ್ಮವಾಗಿ ಗಮನಿಸಿ.

67. ನಿಯಮದಲ್ಲಿ ವ್ಯಾಖ್ಯಾನಿಸಲ್ಪಟ್ಟ ಮಾರ್ಗದಲ್ಲಿ ನಡೆಯಿರಿ ಮತ್ತು ನೀವು ಒಂದು ನಿರ್ಣಾಯಕ ಯುದ್ಧದಲ್ಲಿ ಹೋರಾಡುವವರೆಗೂ ನಿಮ್ಮ ಸ್ವಂತಿಕೆಯನ್ನು ಶತ್ರುವಿನ ಆಶ್ರಯದಲ್ಲಿಡಿ.

68. ಮೊದಲನೆಯದಾಗಿ ಶತ್ರುವೇ ಯುದ್ಧಾರಂಭ ಮಾಡುವವರೆಗೂ ಶತ್ರುವಿನ ಪರವಾಗಿ ಸ್ನೇಹಶೀಲವಾಗಿರುವಂತೆ ತೋರಿಸಿಕೊಳ್ಳಿ. ತದನಂತರ ಯುದ್ಧದಲ್ಲಿ ಮೊಲದ ಕ್ಷಿಪ್ರ ಓಟದಂತೆ ಮುನ್ನುಗ್ಗಿ. ಶತ್ರುವಿಗೆ ನಿಮ್ಮನ್ನು ಎದುರಿಸಲು ಅವಕಾಶವೇ ಇಲ್ಲದಂತೆ ಮಾಡಿ.

ಅಧ್ಯಾಯ 12: ಬೆಂಕಿದಾಳಿ

1. ಬೆಂಕಿಯೊಂದಿಗಿನ ದಾಳಿಯಲ್ಲಿ ಐದು ಮಾರ್ಗಗಳಿವೆ. ಮೊದಲನೆಯದು ಸೈನಿಕರನ್ನು ಅವರ ಶಿಬಿರದಲ್ಲಿಯೇ ಸುಟ್ಟುಬಿಡುವುದು. ಎರಡನೆಯದು ಅಂಗಡಿಗಳನ್ನು ಸುಡುವುದು. ಮೂರನೆಯದು ಸರಕು ಬಂಡಿಗಳನ್ನು ಸುಡುವುದು. ನಾಲ್ಕನೆಯದು ಶಸ್ತ್ರಾಸ್ತ್ರ ಮತ್ತು ನಿಯತಕಾಲಿಕೆಗಳನ್ನು ಸುಡುವುದು. ಐದನೆಯದು ಶತ್ರುಗಳ ವಿರುದ್ಧವಾಗಿ ಬೆಂಕಿಯನ್ನು ಬಿಡುವುದು.

2. ಒಂದು ದಾಳಿಯನ್ನು ಮಾಡುವಾಗ ಎಲ್ಲಾ ರೀತಿಯಲ್ಲೂ ಸಿದ್ಧರಿರಬೇಕು. ಬೆಂಕಿಯನ್ನು ಹಚ್ಚುವ ವಸ್ತುಗಳು ಯಾವಾಗಲೂ ಸಿದ್ಧವಿರಬೇಕು.

3. ಬೆಂಕಿದಾಳಿಯನ್ನು ಮಾಡಲು ಸರಿಯಾದ ಕಾಲವಿರುತ್ತದೆ ಮತ್ತು ಘರ್ಷಣೆಯನ್ನು ಪ್ರಾರಂಭಿಸಲು ವಿಶೇಷ ದಿನಗಳಿರುತ್ತವೆ.

4. ಬೆಂಕಿದಾಳಿ ಮಾಡಲು ಒಣಹವಾಮಾನವು ಸರಿಯಾದ ಸಮಯ. ಚಂದ್ರ, ನಕ್ಷತ್ರಪುಂಜವಿರುವ ದಿನಗಳು, ಗಾಳಿ ಹೆಚ್ಚಿರುವ ದಿನಗಳು ಬೆಂಕಿದಾಳಿಗೆ ವಿಶೇಷವೆನಿಸುವ ದಿನಗಳು.

5. ಬೆಂಕಿಯೊಂದಿಗೆ ದಾಳಿ ಮಾಡುವಾಗ ಐದು ಸಂಭವನೀಯ ಬೆಳವಣಿಗೆಗಳ ಬಗ್ಗೆ ಎಚ್ಚರಿಕೆಯಿಂದಿರಬೇಕು.

6. (1) ಬೆಂಕಿಯು ಶತ್ರುವಿನ ಶಿಬಿರದೊಳಗೆ ಪ್ರವೇಶಿಸಿಯಾದ ಮೇಲೆ ಬೆಂಕಿ ಇಲ್ಲದೆಯೇ ದಾಳಿ ಮಾಡಲು ಪ್ರಯತ್ನಿಸಿ.

7. (2) ಒಂದು ವೇಳೆ ಶತ್ರು ಪಾಳೆಯದಲ್ಲಿ ಬೆಂಕಿಯ ಸ್ಫೋಟವಾಗಿದ್ದು, ಶತ್ರು ಸೇನೆಯು ಮೌನವಾಗಿ ಉಳಿದರೆ, ದಾಳಿ ಮಾಡದೇ ನಿಮ್ಮ ಸಮಯವನ್ನು ನಿರೀಕ್ಷಿಸಿ.

8. (3) ಶತ್ರುಪಾಳೆಯದಲ್ಲಿ ಬೆಂಕಿಯು ಪ್ರಜ್ವಲಿಸಿ ಉರಿಯುತ್ತಿದ್ದರೆ, ಅಗ್ನಿ ದಾಳಿಯ ಹಿಂದೆಯೇ ಮತ್ತೊಂದು ದಾಳಿ ನಡೆಸಿ. ಇಲ್ಲವಾದರೆ ಇರುವಲ್ಲಿಯೇ ಇರಿ.

9. (4) ಬೆಂಕಿ ದಾಳಿ ನಡೆಸಿದ ನಂತರ ಅದು ಸ್ಫೋಟಗೊಳ್ಳುವ ವರೆಗೂ ನಿರೀಕ್ಷಿಸುವುದಷ್ಟೇ ಅಲ್ಲದೇ ಸುಸಂದರ್ಭವನ್ನು ಕಲ್ಪಿಸಿಕೊಂಡು ಮತ್ತೊಂದು ಬೆಂಕಿದಾಳಿ ನಡೆಸಿ.

10. (5) ಬೆಂಕಿದಾಳಿಯನ್ನು ಗಾಳಿಯ ದಿಕ್ಕಿನಲ್ಲೇ ನಡೆಸಬೇಕಲ್ಲದೇ ಗಾಳಿಯ ವಿರುದ್ಧ ದಿಕ್ಕಿನಲ್ಲಲ್ಲ.

11. ಹಗಲಿನಲ್ಲಿ ಗಾಳಿಯು ದೀರ್ಘ ಕಾಲವಿರುತ್ತದೆ. ಆದರೆ ಇರುಳಿನ ತಂಗಾಳಿಯು ಬಹುಬೇಗ ಮರೆಯಾಗುತ್ತದೆ..

12. ಪ್ರತಿಯೊಂದು ಸೇನೆಯು, ಬೆಂಕಿಯ ಜೊತೆ ಜೊತೆಗೆ ಇರುವಂತಹ ವಿಷಯಗಳನ್ನು ತಿಳಿದಿರಲೇಬೇಕು. ನಕ್ಷತ್ರಗಳ ಆಧಾರದ ಮೇಲೆ ಲೆಕ್ಕಾಚಾರ ಮಾಡಿ ಬೆಂಕಿದಾಳಿಗೆ ಸರಿಯಾದ ದಿನಗಳನ್ನು ಗುರುತಿಸಿಟ್ಟುಕೊಳ್ಳಬೇಕು.

13. ಯಾರು ಬೆಂಕಿಯನ್ನು ದಾಳಿಯ ಭಾಗವಾಗಿ ಭಾವಿಸುವವರು ಅವರು ಬುದ್ಧಿವಂತಿಕೆಯನ್ನು ಬಳಸಬೇಕು. ಯಾರು ನೀರನ್ನು ದಾಳಿಗೆ ಉಪಯೋಗಿಸುವರೋ, ಶತ್ರು ಸೈನ್ಯವನ್ನು ಪ್ರವೇಶಿಸುವ ಅವಕಾಶವನ್ನು ಪಡೆಯುತ್ತಾರೆ.

14. ನೀರಿನ ಮೂಲಕ ದಾಳಿ ನಡೆಸಿ ಶತ್ರುವನ್ನು ಯುದ್ಧದಲ್ಲಿ ಕೆಲಕಾಲ ತಡೆಹಿಡಿಯಬಹುದು. ಆದರೆ ಆತನ ಸಂಪನ್ಮೂಲಗಳನ್ನು ಸಂಪೂರ್ಣವಾಗಿ ದೋಚಲು ಸಾಧ್ಯವಿಲ್ಲ.

15. ಯುದ್ಧ ಗೆಲ್ಲುವವನಲ್ಲಿ ಒಂದು ಅತೃಪ್ತಿ ಮನೆಮಾಡಿರುತ್ತದೆ. ಆತ ಗೆಲುವನ್ನು ಒಂದು ಉದ್ಯಮದಂತೆ ನೀರಸವಾಗಿ

ಪಡೆದುಬಿಡುತ್ತಾನೆ. ಇದರ ಫಲಿತಾಂಶ ಏನೆಂದರೆ, ವ್ಯರ್ಥವಾಗಿ ಸಮಯ ಕಳೆಯುವುದು ಮತ್ತು ಜಡತೆ ಮಾತ್ರ.

16. ಆದ್ದರಿಂದ ಪ್ರಬುದ್ಧ ಆಡಳಿತಗಾರ ತನ್ನ ಯೋಜನೆಗಳನ್ನು ಉತ್ತಮವಾಗಿ ರೂಪಿಸುತ್ತಾನೆ. ಉತ್ತಮ ಸೇನಾಪತಿಯು ತನ್ನ ಸಂಪನ್ಮೂಲಗಳನ್ನು ಬೆಳೆಸಿಕೊಳ್ಳುತ್ತಾನೆ ಎಂಬ ಹೇಳಿಕೆ ಇದೆ.

17. ನಿಮಗೇನೋ ಪ್ರಯೋಜನವಿದೆ ಎಂಬುದು ಸ್ಪಷ್ಟವಾಗದ ಹೊರತು ಮುಂದುವರೆಯದಿರಿ. ಏನನ್ನೋ ಗಳಿಸಿಕೊಳ್ಳಲು ಸಾಧ್ಯ ಎಂಬುದು ಅರಿವಾಗದ ಹೊರತು ನಿಮ್ಮ ಸೈನ್ಯವನ್ನು ಬಳಸಬೇಡಿ. ನಿಮ್ಮ ಸ್ಥಾನ ಅಭದ್ರವಾಗಿದೆ ಎಂದು ತಿಳಿಯುವವರೆಗೂ ಯುದ್ಧಕ್ಕೆ ಮುಂದಾಗಬೇಡಿ.

18. ಯಾವುದೇ ಆಡಳಿತಗಾರನು ಕೇವಲ ತನ್ನ ಸಂತೃಪ್ತಿಗಾಗಿ ಸೈನ್ಯವನ್ನು ರಣರಂಗಕ್ಕಿಳಿಸಬಾರದು. ಯಾವ ಸೇನಾಪತಿಯೂ ಕೇವಲ ಶತ್ರುತ್ವದಿಂದ ಒಂದು ಯುದ್ಧದಲ್ಲಿ ಹೋರಾಡಬಾರದು.

19. ಒಂದು ವೇಳೆ ಪರಿಸ್ಥಿತಿ ನಿಮಗೆ ಲಾಭದಾಯಕವಾಗಿದ್ದರೆ ಮಾತ್ರ ಮುಂದಿನ ಹೆಜ್ಜೆಯಿಡಿ. ಇಲ್ಲವಾದರೆ ನೀವು ಎಲ್ಲಿರುವಿರೋ ಅಲ್ಲಿಯೇ ಇರಿ.

20. ಕೋಪವನ್ನೂ ಸಹ ಸೂಕ್ತ ಸಮಯದಲ್ಲಿ ಬದಲಾವಣೆಗಳ ಮೂಲಕ ಸಂತೋಷವನ್ನಾಗಿ ಮಾರ್ಪಡಿಸಿಕೊಳ್ಳಬಹುದು. ಹಾಗೆಯೇ ಸಂಕಟವನ್ನೂ ಕೂಡಾ ಸೂಕ್ತ ಆಲೋಚನೆಯಿಂದ ಪರಿಹರಿಸಿಕೊಳ್ಳಬಹುದು.

21. ಬಹುಶಃ ಕೋಪವು ಹರುಷವಾಗಿ ಬದಲಾಗಬಹುದು. ಕೆರಳುವಿಕೆಯು ತೃಪ್ತಿಯಾಗಿ ಬದಲಾಗಬಹುದು. ಆದರೆ ಒಮ್ಮೆ ನಾಶಗೊಂಡ ರಾಜ್ಯವು ಪುನಃ ಎಂದಿಗೂ ಅಸ್ತಿತ್ವಕ್ಕೆ ಬರಲು ಸಾಧ್ಯವಿಲ್ಲ ಅಥವಾ ಮರಣಿಸಿದವರು ಎಂದಿಗೂ ಹಿಂತಿರುಗಿ ಜೀವಿಸಲು ಸಾಧ್ಯವಿಲ್ಲ.

22. ಆದ್ದರಿಂದ ಪ್ರಬುದ್ಧ ಆಡಳಿತಗಾರನು ಜಾಗೃತನಾಗಿರುತ್ತಾನೆ, ಮತ್ತು ಸೇನಾಪತಿಯು ಪೂರ್ಣ ಎಚ್ಚರಿಕೆಯಿಂದಿರುತ್ತಾನೆ. ಒಂದು ರಾಷ್ಟ್ರವನ್ನು ಶಾಂತಿಯಿಂದಿಡಲು ಮತ್ತು ಸೇನೆಯನ್ನು ಅಖಂಡವಾಗಿಡಲು ಇದು ಉತ್ತಮ ಮಾರ್ಗವಾಗಿದೆ.

ಅಧ್ಯಾಯ 13: ಗೂಢಚಾರಿಗಳ ಉಪಯೋಗ

1. ಸನ್ ತ್ಸು ಹೇಳುವಂತೆ ಒಂದು ನೂರು ಸಾವಿರ ಜನರನ್ನು ಪೋಷಿಸಿ, ಅವರನ್ನು ಹೆಚ್ಚು ದೂರ ಪ್ರಯಾಣಿಸಲು ಆದೇಶಿಸುವುದರಿಂದ, ಜನರು ಮತ್ತು ರಾಜ್ಯದ ಸಂಪನ್ಮೂಲಗಳು ನಷ್ಟವಾಗುವುದು. ಏಕೆಂದರೆ ಇವರ ದೈನಂದಿನ ಖರ್ಚುಗಳಿಗೆ ಒಂದು ಸಾವಿರದಷ್ಟು ಬೆಳ್ಳಿಯ ಅಗತ್ಯ ಬೀಳುತ್ತದೆ. ಇದರಿಂದ ರಾಜ್ಯದಲ್ಲಿ ದುಡ್ಡಿಗೆ ಪರದಾಟ ಆರಂಭವಾಗುತ್ತದೆ. ದುಡ್ಡಿಗಾಗಿ ಪರದಾಟ ಎದುರಾದರೆ ದುಡಿಯುವವರು ಮನಃಶಾಂತಿ ಕಳೆದುಕೊಂಡು ದುಡಿಯುವ ಸಾಮರ್ಥ್ಯವನ್ನೇ ಕಳೆದುಕೊಳ್ಳುತ್ತಾರೆ. ಪ್ರತಿ ರಾಜ್ಯದಲ್ಲೂ ಸುಮಾರು ಏಳು ನೂರು ಸಾವಿರ ಕಾರ್ಮಿಕ ಕುಟುಂಬಗಳು ತೊಂದರೆಗೊಳಗಾಗುತ್ತವೆ.

2. ಗೆಲುವು ಸಾಧಿಸಲು ವರ್ಷಗಟ್ಟಲೆ ಪರಸ್ಪರ ಹೋರಾಡುವ ಪರಸ್ಪರ ಶತ್ರು ಸೈನ್ಯಗಳ ಯುದ್ಧ ಒಂದಲ್ಲ ಒಂದು ದಿನ ಮುಗಿಯುತ್ತದೆ. ತನ್ನ ಸೈನಿಕರಿಗೆ ಒಂದು ಸಾವಿರದಷ್ಟು ಮೌಲ್ಯದ ಬೆಳ್ಳಿಯನ್ನು ಸಂಬಳವಾಗಿ ನೀಡುವುದರಿಂದ ಅವರು ಹೋರಾಡಲಿ ಎಂದು ಸೈನಿಕರ ಶಕ್ತಿ ಮೀರಿ ಯುದ್ಧ ಮಾಡುವುದು ಮತ್ತು ಶತ್ರುವಿನ ಪರಿಸ್ಥಿತಿಯನ್ನು ನಿರ್ಲಕ್ಷಿಸಿ ಯುದ್ಧ ಮಾಡುವುದು ಅಮಾನವೀಯತೆಯಾಗುತ್ತದೆ.

3. ಹೀಗೆ ವರ್ತಿಸುವವನು ಸೇನಾನಾಯಕನಾಗಲು ಅನರ್ಹ, ಅವನಿಂದ ಸಾರ್ವಭೌಮನಿಗೆ ಯಾವುದೇ ಸಹಾಯವಾಗುವುದಿಲ್ಲ ಅಥವಾ ಗೆಲುವೂ ದಕ್ಕುವುದಿಲ್ಲ.

4. ಸಾಮಾನ್ಯ ವ್ಯಕ್ತಿಗಳ ಯೋಚನೆಯ ಮಟ್ಟವನ್ನು ಮೀರಿ ಗೆಲುವನ್ನು ಸಾಧಿಸುವ ಸೇನಾಪತಿ ಮತ್ತು ಸಾಮಾನ್ಯರಿಗೆ ಅನುಕೂಲವಾಗುವಂತೆ ಬುದ್ಧಿವಂತಿಕೆಯಿಂದ ರಾಜ್ಯಭಾರವನ್ನು ಮಾಡುವವನು ಉತ್ತಮ ಸಾರ್ವಭೌಮ ಎಂದೆನಿಸುತ್ತಾರೆ.

5. ಈ ಚತುರತೆಯು ಇದ್ದಕ್ಕಿದ್ದಂತೆ ಆವಿರ್ಭವಿಸಲು ಸಾಧ್ಯವಿಲ್ಲ. ದೊಡ್ಡ ಗ್ರಂಥಗಳನ್ನು ಓದಿ ತಿಳಿದುಕೊಳ್ಳಲು ಸಾಧ್ಯವಿಲ್ಲ. ಅಂದಾಜಿನಲ್ಲಿ ಗುಂಡು ಹೊಡೆಯುವುದರ ಮುಖಾಂತರವೂ ಈ ಬುದ್ಧಿವಂತಿಕೆ ಬರಲು ಸಾಧ್ಯವಿಲ್ಲ.

6. ಶತ್ರುಗಳ ಮನೋಧರ್ಮದ ಬಗ್ಗೆ ನಿಮಗೆ ಶತ್ರುವಿನ ಕುರಿತು ಇನ್ನೊಬ್ಬರು ಏನಾದರೂ ಹೇಳಿದಾಗ ಮಾತ್ರ ತಿಳಿಯಲು ಸಾಧ್ಯ.

7. ಆದ್ದರಿಂದಲೇ ಗೂಢಚಾರಿಗಳ ಬಳಕೆ, ಇದರಲ್ಲಿ ಐದು ವರ್ಗಗಳಿವೆ: (1) ಸ್ಥಳೀಯ ಗೂಢಚರ್ಯೆ. (2) ಆಂತರಿಕ ಗೂಢಚರ್ಯೆ. (3) ಪರಿವರ್ತಿತ ಗೂಢಚರ್ಯೆ. (4) ವಂಚನೆಯ ಗೂಢಚರ್ಯೆ (5) ಸಾಧಿಸುವ ಗೂಢಚರ್ಯೆ

8. ಈ ಐದು ವಿಧದ ಗೂಢಚಾರಿಗಳು ಕೆಲಸದಲ್ಲಿದ್ದರೆ, ಯಾರೂ ಸಹ ರಹಸ್ಯವಾದ ವ್ಯವಸ್ಥೆಯನ್ನು ಕಂಡುಹಿಡಿಯಲು ಸಾಧ್ಯವಿಲ್ಲ. ಇದನ್ನು “ಎಳೆಗಳ ದೈವಿಕ ಕುಶಲತೆ” ಎಂದು ಕರೆಯುವರು. ಇವರು ಸಾರ್ವಭೌಮನ ಅತ್ಯಂತ ಅಮೂಲ್ಯವಾದ ಜನರಾಗಿರುತ್ತಾರೆ

9. ಸ್ಥಳೀಯ ಗೂಢಚಾರಿಗಳನ್ನು ಒಂದು ಜಿಲ್ಲೆಯ ಸಮಸ್ತ ಆಗುಹೋಗುಗಳನ್ನು ವರದಿ ಮಾಡಲು ನೇಮಿಸಿರುತ್ತಾರೆ.

10. ಶತ್ರುಗಳ ಅಧಿಕಾರಿಗಳನ್ನು ಬಳಸಿ ಶತ್ರು ರಾಜ್ಯದ ಕುರಿತು ತಿಳಿದುಕೊಳ್ಳುವುದು ಆಂತರಿಕ ಗೂಢಚರ್ಯೆ.

11. ಶತ್ರುಗಳ ಗೂಢಚಾರಿಗಳನ್ನು ಕಂಡುಹಿಡಿದು ಅವರನ್ನು ನಮ್ಮ ಉದ್ದೇಶಗಳಿಗಾಗಿ ಬಳಸಿಕೊಳ್ಳುವುದು ಪರಿವರ್ತಿತ ಗೂಢಚರ್ಯೆ.

12. ಶತ್ರುವಿಗೆ ಕೆಲವೊಂದು ವಿಷಯಗಳನ್ನು ಬೇಕೆಂದೇ ತಿಳಿಸಿಕೊಟ್ಟು ಶತ್ರುವನ್ನು ವಂಚನೆಯ ಕೂಪಕ್ಕೆ ತಳ್ಳಿ ನಮ್ಮ ಕಡೆಯ ಗೂಢಚಾರರಿಗೆ ಆ ರಾಜ್ಯದ ಕುರಿತು ಇನ್ನಷ್ಟು ಮಾಹಿತಿ ಒದಗಿಸಿಕೊಡಲು ಸಹಾಯ ಮಾಡುವುದು ವಂಚನೆಯ ಗೂಢಚರ್ಯೆ.

13. ಶತ್ರುಗಳ ಪಾಳೆಯದಿಂದ ಅಂತಿಮವಾಗಿ ಯಾರು ಸುದ್ದಿಯನ್ನು ಹೊರಗೆಳೆಯುತ್ತಾರೋ ಅವರು ಸಾಧಿಸಿಕೊಂಡು ಬರುವ ಗೂಢಚಾರರಾಗಿರುತ್ತಾರೆ. ಅಕಸ್ಮಾತ್ ಶತ್ರುಗಳ ಕೈಗೆ ಸಿಕ್ಕಿಬಿದ್ದರೂ ಚಾಕಚಕ್ಯತೆಯಿಂದ ತಪ್ಪಿಸಿಕೋಂಡು ಬಂದು ಮಾಹಿತಿ ನೀಡುತ್ತಾರೋ ಅವರು ಸಾಧಿತ ಗೂಢಚಾರರಾಗಿರುತ್ತಾರೆ.

14. ಹೀಗಾಗಿ ಸಾರ್ವಭೌಮನೊಂದಿಗೆ ಗೂಢಚಾರಿಗಳಿಗಿಂತ ಹೆಚ್ಚು ಸಂಪರ್ಕ ಸಾಧಿಸಲು ಯಾರಿಗೂ ಸಾಧ್ಯವಿಲ್ಲ. ಗೂಢಚಾರಿಗಳಿಗೆ ಬಹಿರಂಗವಾಗಿ ಯಾವುದೇ ಪುರಸ್ಕಾರಗಳನ್ನು ಗೂಢಚರ್ಯೆಗಾಗಿ ನೀಡಬಾರದು. ತಮ್ಮ ನಡುವಿನ ನಿಕಟತೆಯನ್ನು ತೋರಿಸಿಕೊಳ್ಳಬಾರದು. ಗೂಢಚರ್ಯೆ ಹೊರತು ಪಡಿಸಿ ಇನ್ಯಾವುದೇ ವ್ಯವಹಾರಕ್ಕೂ ಅವರನ್ನು ಬಳಸಿಕೊಳ್ಳಬಾರದು.

15. ಅರ್ಥಗರ್ಭಿತ ಜಾಣತನವಿಲ್ಲದೇ, ಗೂಢಚಾರಿಗಳು ಉಪಯುಕ್ತ ಸೇವಕರಾಗಲು ಸಾಧ್ಯವಿಲ್ಲ.

16. ಔದಾರ್ಯ ಮತ್ತು ನೇರವಂತಿಕೆಯಿಲ್ಲದೇ ಗೂಢಚಾರರನ್ನು ಸರಿಯಾಗಿ ನಿರ್ವಹಿಸಲು ಸಾಧ್ಯವಿಲ್ಲ.

17. ಸೂಕ್ಷ್ಮವಾದ ಚತುರತೆಯಿಲ್ಲದೇ, ಯಾರೊಬ್ಬರೂ ಗೂಢಚಾರಿ ವರದಿಗಳ ಸತ್ಯಾಸತ್ಯತೆಯನ್ನು ಅರಿಯುವುದು ಸಾಧ್ಯವಿಲ್ಲ.

18. ಸೂಕ್ಷ್ಮವಾಗಿರುವ ನಿಮ್ಮ ಗೂಢಚಾರಿಗಳನ್ನು ಎಲ್ಲ ವಿಧವಾದ ವ್ಯವಹಾರಗಳಲ್ಲೂ ಉಪಯೋಗಿಸಿ.

19. ಒಂದು ರಹಸ್ಯ ಸುದ್ದಿಯು ನಿಗದಿತ ಅವಧಿಗೆ ಮುನ್ನವೇ ಗೂಢಚಾರಿಯಿಂದ ಬೇರೊಬ್ಬನಿಗೆ ಬಹಿರಂಗವಾದರೆ ಅವರಿಬ್ಬ ರನ್ನೂ ಒಟ್ಟಿಗೆ ನೇಣಿಗೇರಿಸಬೇಕು.

20. ಯಾವುದೋ ಒಂದು ವಸ್ತುವಿನಿಂದ ಸೇನೆಯಲ್ಲಿ ತೊಂದರೆ, ನಗರದಲ್ಲಿ ಸ್ಫೋಟ ಅಥವಾ ಒಬ್ಬ ವ್ಯಕ್ತಿಯ ಹತ್ಯೆ ಉಂಟಾಗುವುದಾದರೆ, ಮೊದಲಿಗೆ ಹಾಜರಾತಿ ಪುಸ್ತಕವನ್ನು ಗಮನಿಸಿ. ಶಿಬಿರ ಸಹಾಯಕರು, ದ್ವಾರಪಾಲಕರು, ಸೇನಾಪತಿಯ ರಕ್ಷಣಾ ಸೈನಿಕರು ಯಾರಿಂದಲಾದರೂ ವಂಚನೆ ನಡೆಯಬಹುದು. ಹೀಗಾಗಿ ಹಾಜರಾತಿ ಪುಸ್ತಕವನ್ನು ಮೊದಲು ನೋಡುವುದರ ಮೂಲಕ ಗೂಢಚಾರಿಗಳು ಕೆಲಸ ಪ್ರಾರಂಭಿಸಬೇಕು.

21. ನಮ್ಮ ಮೇಲೆ ಗೂಢಚರ್ಯೆಗೆ ಬರುವ ಶತ್ರುಗಳ ಗೂಢಚಾರಿಗಳನ್ನು ಲಂಚದಿಂದ ಮತ್ತು ಉತ್ತಮ ಸೌಲಭ್ಯಗಳು, ಮನೆಯಂತಹ ಸೌಕರ್ಯಗಳನ್ನು ನೀಡುವದರ ಮೂಲಕ ಒಲಿಸಿಕೊಳ್ಳಬೇಕು. ಆಗ ಅವರು ಪರಿವರ್ತಿತ ಗೂಢಚಾರಿ ಗಳಾಗುತ್ತಾರೆ. ನಮಗಾಗಿ ಕೆಲಸ ಮಾಡಲು ಸಿದ್ಧರಿರುತ್ತಾರೆ.

22. ಪರಿವರ್ತಿತ ಗೂಢಚಾರಿಯು ನೀಡುವ ಮಾಹಿತಿಯಿಂದ ಸ್ಥಳೀಯ ಮತ್ತು ಆಂತರಿಕ ಗೂಢಚಾರಿಗಳನ್ನು ನೇಮಿಸಿ ಕೊಳ್ಳಬಹುದು.

23. ಪರಿವರ್ತಿತ ಗೂಢಚಾರಿಯನ್ನು ಶತ್ರುದೇಶಕ್ಕಾಗಿ ವಂಚನೆಯ ಗೂಢಚಾರಿಯನ್ನಾಗಿ ಬಳಸಿಕೊಳ್ಳಬಹುದು. ಆ ಮೂಲಕ ಶತ್ರುದೇಶವನ್ನು ವಂಚಿಸಿ ನಮ್ಮ ಕಾರ್ಯ ಸಾಧಿಸಿ ಕೊಳ್ಳಬಹುದು.

24. ಕೊನೆಯದಾಗಿ ಪರಿವರ್ತಿತ ಗೂಢಚಾರನ ಸಂದೇಶದಂತೆ ನಿಗದಿತ ಸಂದರ್ಭಗಳಲ್ಲಿ ನಮ್ಮ ಸಾಧಿತ ಗೂಢಚಾರಿಯನ್ನು ಬಳಸಿ ಯೋಜನೆಗಳ ಕುರಿತು, ಯುದ್ಧತಂತ್ರಗಳ ಕುರಿತು ತಿಳಿದು ಕೊಳ್ಳಬಹುದು.

25. ಎಲ್ಲಾ ಐದು ಗೂಢಚಾರಿಕೆಯ ಅಂತಿಮ ಗುರಿಯು ಶತ್ರುವಿನ ಕುರಿತು ತಿಳಿದುಕೊಳ್ಳುವುದೇ ಅಗಿರುತ್ತದೆ. ಐದು ವಿಭಾಗಗಳನ್ನು ಪರಿವರ್ತಿತ ಗೂಢಚಾರಿಕೆಯಿಂದ ಸಾಧಿಸಬಹುದು. ಹೀಗಾಗಿಯೇ ಪರಿವರ್ತಿತ ಗೂಢಚಾರಿಯನ್ನು ಔದಾರ್ಯದಿಂದ ನಡೆಸಿಕೊಳ್ಳುವುದು ಅತ್ಯಂತ ಮುಖ್ಯವಾದ ಅಂಶವಾಗಿದೆ.

26. ಹೀಗಾಗಿ ಗೂಢಚಾರಿಗಳು ಸೈನ್ಯದ, ದೇಶದ ಅತ್ಯಂತ ಪ್ರಮುಖ ಅಂಗ. ಗೂಢಚಾರಿಗಳಿಂದಲೇ ಶತ್ರುಗಳ ಮುಂದಿನ ಯೋಜನೆಯನ್ನು ತಿಳಿಯಲು ಸಾಧ್ಯ. ಪ್ರಬುದ್ಧ ಆಡಳಿತಗಾರ ಮತ್ತು ಬುದ್ಧಿವಂತ ಸೇನಾಪತಿಯು ಗೂಢಚಾರಿಗಳನ್ನು ಅತ್ಯಂತ ಸಮರ್ಪಕವಾಗಿ ಬಳಸಿಕೊಳ್ಳಬೇಕು.

ಪುಸ್ತಕ ಪಟ್ಟಿ

ಕ್ರ.ಸ	ಶೀರ್ಷಿಕೆ	ಲೇಖಕರು	ಬೆಲೆ
1	ಜೀವ ಜೀವದ ನಂಟು (*)	ಬಿ ಎಸ್ ಜಯಪ್ರಕಾಶ ನಾರಾಯಣ	95.00
2	ಓಶೋ ಬುದ್ಧ ಮತ್ತು ಪರಂಪರೆ (*)	ಅನು: ಟಿ. ಎನ್. ವಾಸುದೇವಮೂರ್ತಿ	350.00
3	ಸೊಗಸುಗಾರನ ಏಳುಬೀಳು ವಿಜಯ್ ಮಲ್ಯ ವೃತ್ತಾಂತ	ಅನು:ಬಿ ಎಸ್ ಜಯಪ್ರಕಾಶ ನಾರಾಯಣ	195.00
4	ತಿರು ತಿರುಗಿಯು ಹೊಸತಾಗಿರಿ (*)	ಡಾ.ಜಿ. ಕೃಷ್ಣಪ್ಪ	100.00
5	ಬೇಂದ್ರೆಯವರ ಸಾಹಿತ್ಯದಲ್ಲಿ ಶರಣ ಚಿಂತನೆ	ಡಾ.ಜಿ. ಕೃಷ್ಣಪ್ಪ	30.00
6	ಸಾಫ್ಟ್‌ವೇರ್‌ನಿಂದ ಸಾಕ್ಷಾತ್ಕಾರದ ಕಡೆಗೆ	ಅನು: ಬಿ ಎಸ್ ಜಯಪ್ರಕಾಶ ನಾರಾಯಣ	250.00
7	ಓಶೋ ಕಾವ್ಯಧರ್ಮ ಮತ್ತು ಧರ್ಮ	ಅನು: ಟಿ. ಎನ್. ವಾಸುದೇವಮೂರ್ತಿ	150.00
8	ನಡಿಗೆಯೊಂದಿಗೆ ಧ್ಯಾನ (*)	ಅನು: ಬೆ. ಕಾ ಮೂರ್ತೀಶ್ವರಯ್ಯ	65.00
9	ವಚನ ಹರಿಶ್ಚಂದ್ರ ಚಾರಿತ್ರ	ಡಾ.ಜಿ. ಕೃಷ್ಣಪ್ಪ	120.00
10	ದಿ ಆರ್ಟಿಸ್ಟ್	ಅನು: ಸುಭಾಷ್ ರಾಜಮಾನೆ	60.00
11	ಕೆರೆಯಂಗಳದ ನವಾಬ	ಶಿ. ಜು. ಪಾಶ	100.00
12	ಸತ್ಯಾಂಕಣ (*)	ಆರ್. ಎಸ್. ಸತ್ಯನಾರಾಯಣ ರಾಜ್	250.00
13	ಓಶೋ ಧ್ಯಾನಸಿದ್ಧ	ಅನು: ಟಿ. ಎನ್. ವಾಸುದೇವಮೂರ್ತಿ	110.00
14	ರಮಣ ಹೃದಯ	ಟಿ. ಎನ್. ವಾಸುದೇವಮೂರ್ತಿ	110.00
15	ಶ್ರೀತುಲಸೀ ಅಮೃತಪಾನ	ಸ್ವಾಮಿ ಶಿವಾತ್ಮಾನಂದ	150.00
16	ಹರಹರ ಯೋಗಿ (*)	ಜಿ. ಎಸ್. ಯುಧಿಷ್ಠಿರ	190.00
17	ಹಾರುವ ಹಕ್ಕಿ	ಓಶೋ\ ಭುವನೇಶ್ ಎಸ್	225.00
18	ಶ್ರೀಶಾರಾದರಾಮ	ಸ್ವಾಮಿ ಶಿವಾತ್ಮಾನಂದ	125.00
19	ನಿರ್ದಿಗಂತವಾಗಿ ಏರಿ (*)	ಸುಭಾಷ್ ರಾಜಮಾನೆ	245.00
20	ಜೆನ್ ಹೈಕುಗಳು (ಓಶೋ ವ್ಯಾಖ್ಯಾನದೊಂದಿಗೆ)	ಟಿ. ಎನ್. ವಾಸುದೇವಮೂರ್ತಿ	150.00
21	ಗುಲಾಮಗಿರಿಯ ಆ ಹನ್ನೆರಡು ವರ್ಷಗಳು	ಡಿ. ಎನ್. ಶ್ರೀನಾಥ್	200.00
22	ಬಾಂಧವ್ಯ ಬೆಸೆಯುವ (*) ಹಬ್ಬಗಳು/ಮಹಾಮಹಿಮರ ಜಯಂತಿಗಳು	ಮಂಡಗದ್ದೆ ಪ್ರಕಾಶ ಬಾಬು ಕೆ. ಆರ್.	190.00
23	ಜ್ಯೋತಿಷ್ಯ ಪ್ರಕಾಶ (*)	ಮಂಡಗದ್ದೆ ಪ್ರಕಾಶ ಬಾಬು ಕೆ. ಆರ್.	160.00
24	ಕನ್‌ಫ್ಯೂಷಿಯಸ್ ಸೂಕ್ತಿ–ಸಂಗ್ರಹ	ಡಿ. ಎನ್. ಶ್ರೀನಾಥ್	120.00
25	ಬೇಂದ್ರೆಕಾವ್ಯ; ಪದನಿರುಕ್ತ (ಉತ್ತಮ ಪ್ರತಿ)	ಡಾ.ಜಿ. ಕೃಷ್ಣಪ್ಪ	480.00
26	ರೂಪಾತರಂಗ	ರೂಪಾಗುರುರಾಜ್	100.00
27	ಈ ಸಾಲು ಸಾಲುವುದಿಲ್ಲ (*)	ಎಂ. ಶ್ರೀಕಾಂತ ತಾಮ್ರಪರ್ಣಿ	100.00
28	ನಿಮ್ಮ ಶ್ರೀಮಂತಿಕೆಗೆ ನೀವೇ ಶಿಲ್ಪಿ	ಅನು: ಯಗಟಿ ರಘು ನಾಡಿಗ್	100.00
29	ಹಸಿರು ಹಚ್ಚಿ ಚುಚ್ಚಿ	ಡಾ.ಜಿ. ಕೃಷ್ಣಪ್ಪ	150.00

* ಪ್ರತಿಗಳು ಮುಗಿದಿವೆ.